അമ്മൂമ്മക്കഥകൾ

എം. കമലാദേവി

മഞ്ചേരി, വാക്കയിൽപുത്തൻവീട്ടിൽ കുട്ടിക്കൃഷ്ണൻ നായരുടേയും മംഗലശ്ശേരി മാധവിക്കുട്ടിയമ്മയുടേയും രണ്ടാമത്തെ മകളായി കോട്ടയ്ക്കലിൽ ജനനം. കോട്ടയ്ക്കൽ രാജാസ് ഹൈസ്ക്കൂളിലെ പഠനത്തിനു ശേഷം തിരുവനന്തപുരം ജില്ലയിലെ, ആറ്റിങ്ങലിൽ കെ.വി. പ്രസ് സുകുമാരൻ നായരുടെ ജീവിതസഖിയായി ആറ്റിങ്ങലിൽ സ്ഥിരതാമസമാക്കി. വിവാഹശേഷം എംബ്രോയിഡറിയിൽ നിന്നാരംഭിച്ച് ചുവർചിത്ര രചനയിൽ വന്നെത്തി നിൽക്കുന്ന കലാജീവിതം. നിരവധി എക്സിബിഷനുകളിൽ ചിത്രങ്ങൾ പ്രദർശിപ്പിച്ചിട്ടുണ്ട്.

മക്കൾ:
രാജീവ് നായർ, ദുർഗ മനോജ്, ജാനകി നായർ

വിലാസം:
ജാനകിവില്ല, പാലസ് റോഡ്
ആറ്റിങ്ങൽ, തിരുവനന്തപുരം ജില്ല
695101

എം. കമലാദേവി

അമ്മൂമ്മക്കഥകൾ

ബാലസാഹിത്യം

മാക്സ് ബുക്സ്
2023

Ammoomma Kadhakal
By: M.Kamaladevi
Malayalam Children Literature

Published by:-
FEMINGO BOOKS
femingobooks@gmail.com
Ph: 90740 98776, 8301034604

Cover Design:
Maxlab

Edition:
First Editon August 2023
Copies: 1000

ISBN: 978-93-91085-74-2

പ്രസാധകക്കുറിപ്പ്

കഥ കേൾക്കാൻ താത്പര്യമില്ലാത്ത ഒരു കുട്ടിയും ഉണ്ടാകില്ല. അതിൽത്തന്നെ അമ്മൂമ്മമാർ പറഞ്ഞു കൊടുക്കുന്ന കഥകൾക്കു മാധുര്യമേറും. അക്കൂട്ടത്തിൽ കൃഷ്ണനുമായി ബന്ധപ്പെട്ട കഥകൾ കൊച്ചു കുട്ടികൾക്ക് ഏറെ ഇഷ്ടമാകും. അമ്പാടിക്കണ്ണനെക്കുറിച്ചുള്ള ഈ കഥകൾ, ഉള്ളിൽ ഒരു ബാല്യം സൂക്ഷിക്കുന്ന ഏവർക്കുമായി ഫെമിൻഗോ ബുക്സ് ഏറെ സന്തോഷത്തോടെ സമർപ്പിക്കുന്നു.

ദുർഗ മനോജ്
ഫെമിൻഗോ ബുക്സ്

ആമുഖം

ശ്രീകൃഷ്ണൻ എന്നു കേൾക്കുമ്പോൾ മനസ്സിലേക്ക് ഓടിവരുന്ന കുറച്ചുകഥകളുണ്ട്. അതുപോലെ മയിൽപ്പീലി, ഓടക്കുഴൽ, മഞ്ചാടിക്കുരു, മഞ്ഞ വസ്ത്രം, കൊന്നപ്പൂവ് തുടങ്ങിയവയും കൃഷ്ണനുമായി ബന്ധപ്പെട്ട് ഉപയോഗിക്കുന്ന വാക്കുകളാണ്. ഉണ്ണിക്കണ്ണന്റെ മുടിക്കെട്ടിലെ മയിൽപ്പീലി, വാൽസല്യഭാവം പ്രതിനിധീകരിക്കുമ്പോൾ, അതേ മയിൽപ്പീലി കണ്ടാൽ പ്രണയികൾ തന്റെ ഇണയെ ഓർക്കും. മഞ്ഞപ്പട്ടുടുത്ത് മയിൽപ്പീലി ചാർത്തി ഓടക്കുഴലൂതുന്ന ആ പുഞ്ചിരിക്കുന്ന മുഖം ആർക്കാണ് ഇഷ്ടമല്ലാതിരിക്കുക. അതുപോലെ കൃഷ്ണകഥകളും അതിസുന്ദരമാണ്. കണ്ണന്റെ കഥ തുടങ്ങുമ്പോൾ ആദ്യം അച്ഛന്റേയും അമ്മയുടേയും കാര്യത്തിൽ തുടങ്ങണ്ടേ? കൃഷ്ണന്റെ അച്ഛൻ വസുദേവരും അമ്മ ദേവകിയുമാണ്. ഇവരുടെ എട്ടാമത്തെ പുത്രനാണ് കൃഷ്ണൻ. എന്നാൽ കൃഷ്ണനെ വളർത്തി വലുതാക്കിയതു മറ്റു രണ്ടുപേരാണ്. അമ്പാടിയിലെ നന്ദഗോപനും യശോദയും. ഇവരെ ഓർക്കാതെ കണ്ണനെ ഓർക്കാൻ കഴിയില്ല. കണ്ണന്റെ കുറുമ്പു മുഴുവനും കണ്ടാനന്ദിച്ചത് യശോദാമ്മയും അമ്പാടിയിലെ ഗോപികമാരുമായിരുന്നു. കൃഷ്ണകഥകൾ അമ്പാടിയിൽ ഒതുങ്ങുന്നില്ല. പരശതം കഥകൾക്കിടയിൽ നിന്നും കുട്ടികൾക്കിഷ്ടപ്പെടുന്ന പത്തുകഥകളാണ് ഈ പുസ്തകത്തിൽ കോർത്തെടുത്തിരിക്കുന്നത്. പണ്ട്, എന്റെ മുത്തശ്ശി പറഞ്ഞുതന്ന കഥകളും ഇക്കൂട്ടത്തിലുണ്ട്.

അപ്പോളിനി കഥ തുടങ്ങാം...

എം. കമലാദേവി
ആറ്റിങ്ങൽ

കഥകൾ

1. കണ്ണന്റെ ജനനം
2. ഉണ്ണിക്കണ്ണന്റെ വികൃതികൾ
3. ദേവേന്ദ്രന്റെ അഹങ്കാരശമനം
4. കാളിയമർദ്ദനം
5. ഗോപസ്ത്രീകളുടെ ചേല കവർന്ന കണ്ണൻ
6. കംസനിഗ്രഹം
7. ജരാസന്ധന്റെ കഥ
8. ചെന്താമരക്കണ്ണന്റെ വിവാഹം
9. കുചേലനും ശ്രീകൃഷ്ണനും
10. സ്യമന്തകമണിയും ജാംബവതീപരിണയവും

ഒന്ന്
കണ്ണന്റെ ജനനം

ദുഷ്ടന്മാരെ വധിച്ച് ഭൂമിയിൽ സമാധാനം പാലിക്കുന്നതിനായി മഹാവിഷ്ണു പത്ത് അവതാരങ്ങൾ എടുത്തിരിക്കുന്നതായി പുരാണങ്ങൾ പറയുന്നു. ശ്രീകൃഷ്ണനെ നമ്മൾ ആരാധിക്കുന്നത് മഹാവിഷ്ണുവിന്റെ അവതാരമായിക്കണ്ടാണ്. അങ്ങനെയുള്ള ശ്രീകൃഷ്ണന്റെ ജനനത്തെക്കുറിച്ചാണ് ഈ കഥ.

ഭോജരാജാവായിരുന്ന കംസന്റെ ഇളയ സഹോദരിയായിരുന്നു ദേവകി. കംസന്റെ ഏറ്റവും പ്രിയപ്പെട്ട അനുജത്തി ആയിരുന്നു അവൾ. ദേവകിയെ സ്നേഹിച്ച പോലെ കംസൻ മറ്റാരേയും സ്നേഹിച്ചിട്ടില്ല. ദേവകിക്കു വിവാഹപ്രായമെത്തിയപ്പോൾ കംസൻ തന്നെ അവൾക്ക് അനുരൂപനായ വരനെ കണ്ടെത്തി. അതിസുന്ദരിയായ ദേവകിയെ വസുദേവനു വിവാഹം കഴിച്ചു കൊടുക്കാൻ കംസൻ തീരുമാനിച്ചു. സത്യത്തിൽ കംസനെ എല്ലാവർക്കും ഭയമായിരുന്നു. കംസൻ പറഞ്ഞാൽ പിന്നെ ആരും ഒരക്ഷരം എതിരു പറയില്ല. സ്വന്തം അച്ഛനായ ഉഗ്രസേനനെ തടവിലിട്ടാണ് കംസൻ, മഥുരയുടെ അധികാരം പിടിച്ചെടുത്തത് എന്നു പറഞ്ഞാൽ പിന്നെ മറ്റെന്തെങ്കിലും പറയാനുണ്ടോ? അങ്ങനെ ദേവകിയുടെ വിവാഹ തീരുമാനത്തെ എല്ലാവരും ഒരുപോലെ ശരിവെച്ചു. വളരെ ആഘോഷത്തോടെ ആ വിവാഹം നടന്നു. വരന്റെ വീട്ടിലേക്ക് വധുവിനെ യാത്രയാക്കാൻ കംസൻ തന്നെ പുറപ്പെട്ടു. കാരണം ദേവകിയെ പിരിയാൻ ജ്യേഷ്ഠനായ കംസന് അത്രയ്ക്കു സങ്കടമായിരുന്നു. വളരെയധികം സമ്മാനങ്ങൾ നൽകി കംസൻ വധൂവരന്മാരെ വീട്ടിലെത്തിക്കാൻ മുന്നിട്ടിറങ്ങി. സാരഥിയെ ഒക്കെ മാറ്റി നിർത്തി കംസൻ തന്നെ തേരുതെളിക്കാൻ നിശ്ചയിച്ചു.

ഗംഭീര വാദ്യമേളങ്ങളോടുകൂടി ആ വിവാഹഘോഷയാത്ര മുന്നോട്ടു നീങ്ങി. ആളുകൾ അതിശയിച്ചു, കാരണം ഉഗ്രപ്രതാപി

യായ കംസമഹാരാജാവ് രഥം തെളിക്കുന്നു! രഥമങ്ങനെ ഉരുണ്ടു മുന്നോട്ടു പോകവേ അതു സംഭവിച്ചു, എട്ടുദിക്കും ഞെട്ടിവിറയ്ക്കുന്ന ഒച്ചയിൽ ആകാശത്തു നിന്നുമൊരു അശരീരി ഉണ്ടായി.

'ഹേ ദുഷ്ടനായ കംസാ, നീ സൂക്ഷിച്ചു കൊള്ളുക. നിന്റെ ഈ സഹോദരി ദേവകിയുടെ എട്ടാമത്തെ പുത്രൻ നിന്നെ വധിക്കും.'

അശരീരി കേട്ട കംസൻ ആകെയൊന്നു ഞെട്ടി. മറ്റുള്ളവരെ എപ്പോഴും ദ്രോഹിക്കുന്നവർക്കു പെട്ടെന്നു ദേഷ്യം വരും. ഭയന്നു വിറച്ച കംസൻ തന്റെ പേടി പുറത്തു കാണിക്കാതെ അത്ര സമയം വരെ താൻ ഏറ്റവും സ്നേഹിക്കുന്നുവെന്നു പറഞ്ഞ സഹോദരിയെ ഉഗ്രമായി നോക്കി. അതുവരെ തന്റെ ആത്മാവിനെ പോലെ സ്നേഹിച്ചിരുന്ന സഹോദരിയെ ആ നിമിഷം മുതൽ ശത്രുവിനെ പോലെ വെറുത്തു.

'ഇവളുടെ പുത്രൻ എന്നെ കൊല്ലുമെങ്കിൽ അതിനു മുൻപ് ഞാൻ ഇവളെ കൊല്ലും.'

എന്നു പറഞ്ഞ് വാൾ എടുത്ത് രഥത്തിൽ നിന്നും ചാടി ഇറങ്ങി. 'ഇവൾ ജീവിച്ചിരുന്നാൽ അല്ലേ പുത്രൻ ഉണ്ടാവൂ...' എന്നലറിക്കൊണ്ട് അനുജത്തിയുടെ മുടി ചുറ്റിപ്പിടിച്ച് കഴുത്തിൽ വെട്ടാൻ വാൾ ഓങ്ങി. ഉടനെ വസുദേവർ കംസന്റെ കൈ കൂട്ടിപ്പിടിച്ചു.

'മഹാരാജാവേ അരുത്... സ്ത്രീവധം പാപമാണ്. ആകാശത്തു നിന്നുള്ള അശരീരികേട്ട് ഇങ്ങനെ ചെയ്യരുത്. അശരീരി പറഞ്ഞത് ഇവൾ പ്രസവിക്കുന്ന എട്ടാമത്തെ പുത്രൻ എന്നല്ലേ? മഹാരാജാവേ, ഇവൾ പ്രസവിക്കുന്ന എല്ലാ പുത്രന്മാരെയും ഞാൻ ഇവിടെ എത്തിക്കാം. അല്ലാതെ സ്ത്രീവധം അരുതേ. അത് അങ്ങയ്ക്ക് ചീത്ത പേരുണ്ടാകും. ഞാൻ സത്യം ചെയ്യുന്നു, ദേവകി പ്രസവിക്കുന്ന എല്ലാ കുഞ്ഞുങ്ങളെയും അങ്ങയെ ഏൽപ്പിക്കുമെന്ന്. അങ്ങയ്ക്ക് അവരെ നശിപ്പിക്കാം. പിന്നെ, എന്തിനങ്ങ് ഭയക്കുന്നു. ഈശ്വരൻ സാക്ഷിയായി ഞാൻ വീണ്ടും സത്യം ചെയ്യുന്നു.'

വസുദേവർ സത്യസന്ധനും ഈശ്വരവിശ്വാസിയുമാണ്.

കള്ളം പ്രവർത്തിക്കില്ല. അത് ഉറപ്പിക്കാം.

കംസന് വിശ്വാസമായി.

കംസൻ ആ രഥത്തിൽ നിന്നും രണ്ടുപേരെയും ഇറക്കി.

വസുദേവർ തന്റെ രഥത്തിൽ സ്വന്തം വസതിയിലേക്കു ദേവകിയുമൊത്ത് യാത്ര തിരിച്ചു.

അവിടെ എല്ലാവരും അവരെ സന്തോഷത്തോടെ സ്വീകരിച്ചു.

കാലം കടന്നുപോയി. ദേവകി ഗർഭിണിയായി. അവൾ ഒരു ആൺ

കുഞ്ഞിന് ജന്മം നൽകി. ആ കുഞ്ഞിന്റെ മുഖം നോക്കി ദേവകി വളരെയധികം സങ്കടപ്പെട്ടു. മുലപ്പാൽ നൽകി കുഞ്ഞിനെ വസുദേവരെ ഏൽപ്പിച്ചു. സത്യസന്ധനായ വസുദേവർ സത്യം പാലിക്കാനായി ആ കുഞ്ഞിനെയും കൊണ്ട് കംസന്റെ കൊട്ടാരത്തിൽ എത്തി. ശിശുവിനെ കംസൻ ഏറ്റുവാങ്ങി. വസുദേവരുടെ സത്യസന്ധത കണ്ടു കംസൻ സന്തുഷ്ടനായി. കംസൻ പറഞ്ഞു, 'ദേവകിയുടെ എട്ടാമത്തെ പുത്രൻ അല്ലേ എന്നെ കൊല്ലുമെന്ന് പറഞ്ഞത്. വേണ്ട, ഈ കുഞ്ഞിനെ ഞാൻ കൊല്ലുന്നില്ല. നിങ്ങൾ തന്നെ സന്തോഷമായി വളർത്തിക്കൊള്ളുക.'

വസുദേവർക്ക് സന്തോഷം അടക്കാനായില്ല.

കംസൻ കുഞ്ഞിനെ കൊല്ലുന്നില്ലെന്നു പറഞ്ഞിരിക്കുന്നു!

വസുദേവർ തിരികെ വീട്ടിലെത്തി.

എല്ലാവരും വളരെ സന്തോഷിച്ചു.

അവരുടെ ആചാര്യൻ ഗർഗമുനി കുട്ടിക്ക് 'കീർത്തിമാൻ' എന്നു നാമകരണം ചെയ്തു.

പക്ഷേ, ആ സന്തോഷത്തിന് ദിവസങ്ങളുടെ ആയുസ്സേ ഉണ്ടായിരുന്നുള്ളൂ.

കുറച്ചുദിവസം കഴിഞ്ഞു നമ്മുടെ നാരദമുനി കംസകൊട്ടാരത്തിൽ എത്തി. എന്നിട്ടു കംസനോടു ചോദിച്ചു,

'അല്ല, മഹാരാജാവേ അങ്ങയുടെ ബുദ്ധി നശിച്ചുപോയോ? ദേവകിയുടെ എട്ടാമത്തെ പുത്രൻ അങ്ങയെ വധിക്കുമെന്നാണല്ലോ പറഞ്ഞിരിക്കുന്നത്, എങ്കിലും ഒന്നോർത്തോളൂ, അങ്ങയെ വധിക്കാൻ എട്ടാമത്തെ പുത്രൻ തന്നെ വേണമെന്നില്ല.

അവന്റെ ജ്യേഷ്ഠന്മാർ ഏഴു പേരും അക്കാര്യത്തിൽ അവനെ സഹായിക്കും. അക്കാര്യത്തിൽ സംശയമുണ്ടോ? അങ്ങ് പറയുമായിരിക്കും നാരദൻ ഏഷണിക്കാരൻ ആണ്, അതുകൊണ്ട് ഈ വാക്കുകൾ വിശ്വസിക്കേണ്ട എന്ന്. എനിക്ക് ഏതായാലും വിരോധമില്ല. വേണ്ടതു വേണ്ട സമയത്ത് നടക്കണം. അത്രയേ എനിക്കുള്ളൂ.'

എരിതീയിൽ എണ്ണ ഒഴിച്ചിട്ട് നാരദർ സ്ഥലം കാലിയാക്കി.

നാരദൻ പോയിക്കഴിഞ്ഞപ്പോൾ കംസനാകെ ഭ്രാന്ത് പിടിച്ചു. അയാൾ മദയാനയെപ്പോലെ ചാടിത്തുള്ളി വസുദേവരുടെ വീട്ടിലെത്തി. വസുദേവരേയും ദേവകിയേയും കാരാഗൃഹത്തിലാക്കി. പിന്നെ തൊട്ടിലിൽ കിടന്ന കുഞ്ഞിനെ പുറത്തുകൊണ്ടുവന്ന് കാലു രണ്ടും തൂക്കിപ്പിടിച്ച് ഒരു പാറയിൽ അടിച്ചുകൊന്നു.

പാവം ദേവകി, അവൾക്കു താങ്ങാനായില്ല ആ കാഴ്ച. അവൾ അമ്മയല്ലേ? വസുദേവരും തളർന്നുവീണു. പക്ഷേ, പറഞ്ഞിട്ടു കാര്യമില്ല. കരുണ ലവലേശമില്ല കംസന്. പോരെങ്കിൽ ഏഷണി കേൾക്കുന്ന പ്രകൃതവും, കേട്ടപാതി കേൾക്കാത്ത പാതി എടുത്തു ചാട്ടവും ചേരുമ്പോൾ കുശാലല്ലേ കാര്യം. കംസൻ മടങ്ങിപ്പോയി.

കാലം കടന്നു പോകവേ ദേവകി വീണ്ടും പെറ്റു, അതും ആൺ കുട്ടി, അതിനേം കൊന്നു. അങ്ങനെ ദേവകി ഏഴാമതും ഗർഭിണി യായി. ഈ കുഞ്ഞിനെയും കൊല്ലുമല്ലോ എന്നോർത്ത് അവർ ദുഃഖിതരായി.

പക്ഷേ, ആ കുഞ്ഞ് അനന്തന്റെ അവതാരം ആയിരുന്നു ഭഗ വാൻ ജനിക്കുന്നതിന് മുമ്പ് അനന്തൻ ജനിക്കേണ്ടത് ആവശ്യമാ ണ്. ഈ സമയത്ത് മഹാവിഷ്ണു യോഗനിദ്രയിൽ നിന്ന് ഉണർ ന്നു. യോഗമായാ ദേവിയോട് കൽപ്പിച്ചു

'ലോക നന്മയ്ക്കായി നാമെല്ലാം മനുഷ്യരായി ജനിക്കേണ്ടിയി രിക്കുന്നു. അതിനാൽ ദേവകിയുടെ ഏഴാമത്തെ ഗർഭസ്ഥശിശുവി നെ വസുദേവരുടെ മറ്റൊരു പത്നിയായ രോഹിണിയുടെ ഗർഭാ ശയത്തിൽ നിക്ഷേപിക്കണം. അതിന് പിറകെ ഞാനും അവതരി ക്കുന്നതാണ്. എന്റെ അവതാരത്തോടൊപ്പം യോഗമായാദേവി അമ്പാടിയിൽ നന്ദഗോവരുടെയും യശോദയുടെയും പുത്രിയായി പിറക്കണം.'

ഭഗവാൻ നിർദ്ദേശിച്ചാൽ പിന്നെ മാറ്റമില്ലല്ലോ. ഈ യോഗമായ ദേവിയെ ആണ് നമ്മൾ ലക്ഷ്മി, പാർവതി, സരസ്വതി, ദുർഗ, കാളി, ചാമുണ്ഡി എന്നീ പേരുകളിലൊക്കെ വിളിക്കുന്നത്. എല്ലാം ഒന്നു തന്നെ.

മഹാവിഷ്ണു വീണ്ടും യോഗനിദ്രയിൽ ലയിച്ചു. ഈ സമയ ത്ത് ഒരു വാർത്ത പുറത്തുവന്നു. ദേവകിയുടെ ഏഴാമത്തെ ഗർഭം അലസി പോയി എന്ന്. അതായത് ദേവികയുടെ ഉദരത്തിൽ ജന്മം കൊണ്ട അനന്തൻ, വസുദേവരുടെ തന്നെ മറ്റൊരു ഭാര്യയായ രോ ഹിണിയുടെ ഉദരത്തിൽ പ്രവേശിച്ചു.

ഒടുവിൽ ഭഗവാന് ഭൂമിയിൽ അവതരിക്കാനുള്ള സമയമായി. അതായത് ദേവകി എട്ടാമതും ഗർഭിണിയായി. ആ വാർത്തയറി ഞ്ഞ് കംസൻ സഹോദരിയെ കാണാൻ കാരാഗൃഹത്തിലെത്തി. ഉദയസൂര്യന്റെ തേജസ് ദേവകിയിൽ കണ്ട കംസന് അത്ഭുതവും ഭയവും തോന്നി. തടവറയിലെ കാവൽ ശക്തമാക്കി. കാവൽക്കാ രോട് സദാ ജാഗ്രതയായി ഇരിക്കാൻ പറഞ്ഞ ശേഷം കംസൻ

അവിടംവിട്ടു.

ദേവകിയുടെ ഗർഭകാലം പൂർത്തിയായി. ആ പുണ്യമുഹൂർത്തം വന്നു. ഭഗവാന്റെ ജനനം കാണുന്നതിനായി എല്ലാ ദേവന്മാരും ദേവിമാരും കാത്തുനിന്നു. ചിങ്ങമാസത്തിലെ കറുത്തപക്ഷത്തിലെ അഷ്ടമിയും രോഹിണിയും ചേർന്നദിവസം ഭഗവാൻ, വസുദേവ പുത്രനായി ജനിച്ചു.

പിന്നെ അത്ഭുതങ്ങളുടെ മേളമായിരുന്നു.

കുഞ്ഞ് ജനിക്കുമ്പോൾ ഇടിവെട്ടോടുകൂടിയ പെരുമഴയാണു പുറത്ത്. കാവൽക്കാർ സുഖമായി ഉറക്കത്തിൽ. പാതിരാവിൽ കൊടും മഴയിൽ അവർ ഉറങ്ങാതെ എന്തു ചെയ്യും?

പെട്ടെന്നു ദേവകിയുടേയും വസുദേവരുടെയുടെ കൈകാലുകൾ ബന്ധിച്ചിരുന്ന ഇരുമ്പ് ചങ്ങലകൾ പൊട്ടിയകുന്നു. കാരാഗ്രഹത്തിൽ സൂര്യൻ ഉദിച്ചപോലെ പ്രകാശം പരന്നു.

ദേവകി വേഗം കുഞ്ഞിനെ കയ്യിലെടുത്തു. പെട്ടെന്ന് ആ ശിശു, തൃക്കൈകളും രത്നകീടവും എല്ലാ അലങ്കാരങ്ങളോടും കൂടി മഹാവിഷ്ണുവിന്റെ രൂപം പ്രാപിച്ചു. വസുദേവർ ആ കാൽക്കലേക്കു വീണു. ആനന്ദക്കണ്ണീർ തൂകി അദ്ദേഹം ഗദ്ഗദത്തോട പറഞ്ഞു, 'അങ്ങ് ഞങ്ങളുടെ പുത്രനായി പിറക്കാൻ മാത്രം ഞങ്ങൾ എന്തു പുണ്യം ചെയ്തു! അങ്ങല്ലാതെ ഞങ്ങൾക്ക് വേറെ ആരും ആശ്രയമില്ല. കംസനിൽ നിന്നും രക്ഷിക്കുക.'

ഭഗവാൻ പറഞ്ഞു, 'എന്റെ പ്രിയപ്പെട്ട മാതാപിതാക്കളേ, നിങ്ങളുടെ പുണ്യം കൊണ്ടും തപസിദ്ധി കൊണ്ടും മാത്രമാണ് ഞാൻ നിങ്ങളുടെ പുത്രനായി പിറന്നത്. ഇനി നിങ്ങൾ ഒരു കാര്യം ചെയ്യണം, ഞാൻ വിശ്വരൂപം മറച്ച് പഴയപടി ശിശുവായി മാറും. അന്നേരം എന്നെയും എടുത്തുകൊണ്ട് അമ്പാടിയിലേക്കു പോകണം. അവിടെ നന്ദഗോപരുടെ ഭാര്യ യശോദാമ്മയ്ക്ക് ഒരു പെൺകുട്ടി പിറന്നിട്ടുണ്ട്. എല്ലാവരും നല്ല ഉറക്കത്തിലാണ് എന്നെ അവിടെ കിടത്തി ആ പെൺകുട്ടിയെ എടുത്ത് അച്ഛൻ ഇവിടെ വരണം. അച്ഛൻ തിരിച്ചു വരുന്നതുവരെ കാവൽക്കാരോ കംസനോ ഒന്നും അറിയുകയില്ല.'

ഭഗവാൻ വീണ്ടും ചോരക്കുഞ്ഞായി മാറി. ദേവകി, തന്റെ മകനെ തെരുതെരെ ചുംബിച്ചു. പിന്നെ കണ്ണീരോടെ അവനെ ഭർത്താവിന്റെ കൈയിലേക്കു നൽകി.

വസുദേവർ കുഞ്ഞിനെ ഉത്തരീയത്തിൽ പുതപ്പിച്ച് ശബ്ദമുണ്ടാക്കാതെ തടവറയുടെ കവാടത്തിലേക്ക് നടന്നു. അത്ഭുതം, ഇരുമ്പ്

വാതിൽ തുറന്നു കിടക്കുന്നു! കാവൽക്കാർ കൂർക്കംവലിച്ച് ഉറങ്ങുന്നു! വസുദേവർ പുറത്തുകടന്നു. ആ കൊടും മഴയത്ത് ആദിശേഷൻ ഫണം വിടർത്തി കുടയായി കൂടെ നിന്നു. ഇന്ദ്രൻ മിന്നലുകൾ മിന്നിച്ച് വെളിച്ചം തെളിച്ചു. ആകാശത്ത് എല്ലാ ദേവതമാരും ഈ കാഴ്ച കാണുന്നുണ്ടായിരുന്നു.

വസുദേവർ നടന്നുനടന്ന് കാളിന്ദി തീരത്ത് എത്തി.

അലച്ച് കുത്തിപ്പായുന്ന കാളിന്ദി കടക്കണം നന്ദഗോപരുടെ അമ്പാടിയിലെത്താൻ. അവിടെയും അത്ഭുതം തന്നെ സംഭവിച്ചു. കാളിന്ദി നദി ഇരുഭാഗത്തേക്കും ജലം പിൻവലിച്ച് ഒരു പാതയൊരുക്കി. വസുദേവർ അതിൽക്കൂടി വേഗം നടന്ന് അമ്പാടിയിൽ എത്തി. അവിടെയും എല്ലാവരും ഉറങ്ങിക്കിടക്കുകയായിരുന്നു.

വേഗം മകനെ ചുംബിച്ച് അവനെ യശോദയുടെ അടുത്ത് കിടത്തി. അവളുടെ അരികിൽ കിടന്ന പെൺകുഞ്ഞിനെ എടുത്ത് വന്ന വഴി വേഗം തിരിച്ചുനടന്നു.

കാരാഗൃഹത്തിലെത്തി ഉടനെ തന്നെ ദേവകിയുടെ അടുത്ത് കുഞ്ഞിനെ കിടത്തി. പെട്ടെന്ന് അവരുടെ കൈകാലുകളിൽ ചങ്ങലപൂട്ട് വീണു. കാരാഗൃഹ വാതിലും അടഞ്ഞു.

ആ പെൺകുഞ്ഞ് ഉച്ചത്തിൽ കരഞ്ഞു. കരച്ചിൽ കേട്ട് കാവൽക്കാർ ഉണർന്നു. അവർ ഉടനെ കംസനെ വിവരമറിയിച്ചു. കംസൻ ഉറക്കപ്പിച്ചിൽ ഞെട്ടിപ്പിടഞ്ഞെഴുന്നേറ്റ് പരിഭ്രാന്തനായി കാരാഗ്രഹത്തിലെത്തി.

ഒന്നും നോക്കാനില്ലല്ലോ, ദേവകിയുടെ കയ്യിൽ നിന്നും കുഞ്ഞിനെ പിടിച്ചു വാങ്ങി കൊല്ലാനൊരുങ്ങി. എന്നാൽ ദേവകി കംസന്റെ കാലിൽ വീണുകെട്ടിപ്പിടിച്ചു കരഞ്ഞു.

'ഏട്ടാ.. എന്റെ മറ്റു കുഞ്ഞുങ്ങളെ കൊന്നപോലെ ഈ കുട്ടിയെ കൊല്ലരുതേ.. ഇതൊരു പെൺകുട്ടി അല്ലേ. ഇതിനെക്കൊണ്ട് അങ്ങേക്ക് ഒരു ദോഷവും ഉണ്ടാവുകയില്ല.'

അതു കൊണ്ടൊന്നും കംസന്റെ മനസ്സലിഞ്ഞില്ല. അയാൾ ആ പിഞ്ചുകുഞ്ഞിനെ കാലിൽ പിടിച്ച് പാറയിൽ അടിക്കാൻ മേൽപ്പോട്ട് ഉയർത്തി. ഉടനെ ആ കുട്ടി, ആ ദുഷ്ടന്റെ കൈയിൽ നിന്നും വഴുതി മേലോട്ട് ഉയർന്നു. ആകാശത്ത് സാക്ഷാൽ ദുർഗയായ കാർത്ത്യായനിദേവിയായി ആ കുട്ടി മാറി.

ആ ദേവി അവനോടു പറഞ്ഞു, 'എടാ ദുഷ്ടാ, സ്ത്രീകളോടാണോ നിന്റെ പരാക്രമം? എന്നെ കൊല്ലാൻ ഒരുങ്ങിയ നീ എന്ത് ചെയ്താലും രക്ഷപ്പെടുകയില്ല. നിന്നെ ഞാൻ കൊല്ലുന്നില്ല.

ഏതായാലും നിന്റെ അന്തകൻ അമ്പാടിയിൽ പിറന്നു കഴിഞ്ഞു. ഇനി നിനക്ക് രക്ഷയില്ല.'

ഇത്രയും പറഞ്ഞ് ദേവി മറയുകയും ചെയ്തു.

കംസൻ ആകെ നിരാശനായി.

ദേവകിയുടെ വിവാഹ നാൾ മുതൽ തുടങ്ങിയ ഭയമാണ്.

രാത്രി ഉറക്കമില്ലാതായിട്ട് കാലം കുറേയായി.

അശരീരിയിൽ പറഞ്ഞത് ദേവികയുടെ എട്ടാമത്തെ പുത്രൻ എന്നാണ്. എന്തൊക്കെയോ പിഴവു പറ്റിയിരിക്കുന്നു.

ഇനി അമ്പാടിയിലെ കുട്ടികളെ തിരയാം.

അല്ലാതെ വഴിയില്ല.

ഈ സമയം, അങ്ങനെ നമ്മുടെ കൊച്ചു കണ്ണൻ അമ്പാടിയിൽ യശോദാമ്മയുടെ ചൂടുപറ്റി ഉറങ്ങുകയായിരുന്നു.

രണ്ട്
ഉണ്ണിക്കണ്ണന്റെ വികൃതികൾ

പൂതന കൊല്ലപ്പെട്ടിരിക്കുന്നു!

കംസൻ ആകെ ഭയന്നു. പൂതനയൊരു സാധാരണ സ്ത്രീ ആയിരുന്നില്ല. അതിസുന്ദരി, അതിലേറെ കുശാഗ്രബുദ്ധിക്കാരി, കംസന് ഏറെ പ്രിയപ്പെട്ടവൾ. അവളാണ് മരിച്ചിരിക്കുന്നത്!

അതും അമ്പാടിയിൽ, നന്ദഗോപരുടെ ഗ്രാമത്തിൽ വെച്ച്!

കംസൻ ആകെ പരിഭ്രമിച്ചു.

'നിന്റെ ഘാതകൻ അമ്പാടിയിൽ ജന്മമെടുത്തു കഴിഞ്ഞു' എന്ന അശരീരി ഇപ്പോഴും ചെവിയിൽ മുഴങ്ങുന്നുണ്ടവന്. അന്നാണ് കംസനും കിങ്കരന്മാരും ഒന്നു തീരുമാനിച്ചത്, അമ്പാടിയിലെ മുഴുവൻ കൈക്കുഞ്ഞുങ്ങളേയും കൊല്ലുക. അതിനായി വലിയ പടയൊന്നു പോകേണ്ട. പൂതന മാത്രം മതിയതിന്. അവൾ അമ്പാടിയിൽ എത്തി, അവിടുത്തെ സ്ത്രീകളുടെ വിശ്വാസം നേടണം, എന്നിട്ട് കുഞ്ഞുങ്ങളെ മുലയൂട്ടണം. പക്ഷേ, മുലകളിൽ വിഷം തേച്ചിരിക്കണം. ആ വിഷപ്പാൽ നുണഞ്ഞ് കുഞ്ഞുങ്ങൾ മരിക്കണം. നന്ദഗോപരുടെ വീട്ടിലും ഒരു കുഞ്ഞു പിറന്നെന്നു ചാരന്മാർ പറയുന്നു. അതും ഒരു ആൺകുട്ടി. അതിനെ ആദ്യം കൊല്ലണം. പൂതന എല്ലാം സമ്മതിച്ചു.

അവൾ ഒരു മോഹിനിയെപ്പോലെ ഒരുങ്ങി, കംസൻ നൽകിയ രഥത്തിൽ അമ്പാടിയിൽ എത്തി. അവൾ നന്ദഗോപരുടെ വീട്ടിലെത്തി. അവിടെ കുഞ്ഞു ജനിച്ച ആഘോഷം നടക്കുകയാണ്.

അവളും തൊട്ടിലിനരികിലെത്തി.

'ഹൊ, എന്തൊരു തേജസ്! ഇതൊരു മനുഷ്യ ബാലകനല്ല തന്നെ.' പൂതന ചിന്തിച്ചു.

അപ്പോഴേക്കും ഗോപസ്ത്രീകൾ നഗരത്തിൽ നിന്നു വന്ന മോഹിനിയെ യഥോചിതം സ്വീകരിക്കാൻ പൂവും പഴങ്ങളും വെണ്ണ

യും പാലും മധുര പലഹാരങ്ങളും എല്ലാം തയ്യാറാക്കി നൽകി.

അവൾ അതെല്ലാം ആസ്വദിച്ചു.

എല്ലാവർക്കും യശോദയുടെ പുത്രനെക്കുറിച്ചു മാത്രമേ പറയാനുള്ളൂ. 'അവന്റെ മുഖം നോക്കൂ, കണ്ണന്റെ പുഞ്ചിരി കണ്ടോ' എന്നൊക്കെ എല്ലാവരും പറഞ്ഞു. ഒടുവിൽ പൂതന പറഞ്ഞു, 'നോക്കൂ കുഞ്ഞിന് വിശക്കുന്നുണ്ടാകും, ഞാനവന് അല്പം പാലു കൊടുത്തോട്ടെ?'

അങ്ങനെ അവർ കുഞ്ഞിനെ അവളുടെ മടിയിൽ കിടത്തിക്കൊടുത്തു. പെണ്ണുങ്ങൾ ഓരോരോ പണികൾക്കായി പല ദിക്കിലായി. കണ്ണൻ അവളുടെ മുലകുടിച്ചു കിടക്കുകയാണു മടിയിൽ. അവൾ ഓർത്തു, 'ഇതെന്തൊരു പരീക്ഷണമാണ് ഭഗവാനേ, ഈ കുഞ്ഞിനെ എങ്ങനെയാണു ഞാൻ കൊല്ലുക? ഇവന്റെ മുഖം കണ്ടില്ലേ? എന്തൊരു തേജസ്സ്! ഇവനെ ഞാൻ കൊല്ലുകയോ? വയ്യ. എന്നെക്കൊണ്ടാവില്ല.'

അവളതു ചിന്തിക്കുമ്പോൾ മറ്റൊരു ചിന്ത കടന്നു വന്നു, കംസനാണ് തന്നെ അയച്ചത്. കുഞ്ഞിനെ കൊല്ലാതെ തിരിച്ചു ചെന്നാൽ കംസന്റെ കൈ കൊണ്ടു മരണം നിശ്ചയം. എന്നാലോ, ഈ കുഞ്ഞിനെ കൊന്നിട്ടാണ് ചെല്ലുന്നതെങ്കിൽ രാജാവിന്റെ വിശ്വസ്തയായി മാറും. അതോടെ കൊട്ടാരത്തിൽ രാജപത്നിമാർക്കും മുകളിലാവും തന്റെ സ്ഥാനം കിട്ടും.

അതുകൊണ്ട് ഇതിനെ കൊല്ലുക തന്നെ.

അവൾ ഉറപ്പിച്ചു. വേഗം മടിത്തട്ടിൽ സൂക്ഷിച്ച വിഷം, മുലഞെട്ടിൽ പുരട്ടി അവൾ പാലൂട്ടുന്നതു തുടർന്നു. വിഷം പുരട്ടിയതോടെ കുഞ്ഞിന്റെ മുഖം കൂടുതൽ തേജസ്സാർന്നു.

അവൻ മുലയുണ്ണുന്നതു തുടർന്നു.

അല്പം കഴിഞ്ഞപ്പോൾ അവൾക്കു വേദനിക്കാൻ തുടങ്ങി.

ചോര തന്നെ വാർന്നു പോകുന്ന പോലെ.

കുഞ്ഞിനെ വിടുവിക്കാൻ അവൾ ശ്രമിച്ചു.

ഇല്ല, പറ്റുന്നില്ല. കൂടുതൽ വാശിയോടെ കുഞ്ഞ് അവളുടെ നെഞ്ചിൽ പറ്റിക്കിടന്ന് അവളുടെ ജീവൻ തന്നെ വലിച്ചു കുടിക്കുകയാണ്.

വയ്യ, ഇനി വയ്യ... മരിക്കും താനിപ്പോൾ... അവൾ അലറിക്കരഞ്ഞുകൊണ്ട് തന്റെ രാക്ഷസ രൂപം പുറത്തെടുത്തു, കുഞ്ഞിനെ പറിച്ചു മാറ്റാൻ എന്നിട്ടുമവൾക്കായില്ല. അവൾക്കു മനസ്സിലായി തന്റെ അവസാനമായി എന്ന്. അവളോർത്തു, 'ഇതു സാക്ഷാൽ

ഹരി തന്നെ. തന്റെ മരണം ഭഗവാന്റെ കൈ കൊണ്ടായാൽ മോക്ഷംതന്നെ.'

തീവ്രവേദനയിൽ പുളയവേ അവളുടെ ജീവൻ വേർപെട്ടു.

രാക്ഷസ രൂപത്തിൽ അവൾ ചത്തുമലച്ചു.

ശബ്ദം കേട്ട് എല്ലാവരും ഓടിയെത്തി.

'ഭഗവാനേ... എന്താണിത് കാണുന്നത്! ഇതു കംസന്റെ കിങ്കരിയായ പൂതനയെന്ന രാക്ഷസിയല്ലേ ഈ ചത്തു കിടക്കുന്നത്? നന്ദഗോപരുടെ കുഞ്ഞെവിടെ? ആ കുഞ്ഞിനെ എടുക്കൂ വേഗം...'

ആരോ ഓടിച്ചെന്ന് കണ്ണനെ അവളുടെ നെഞ്ചിൽ നിന്നും വാരി എടുത്തു. അപ്പോഴുണ്ട് പല്ലില്ലാത്ത മോണകാട്ടിച്ചിരിക്കുന്നു കണ്ണൻ. കണ്ണൻ പൂതനയുടെ കൈകളിലെന്നു കേട്ട യശോദ ബോധരഹിതയായി വീണു പോയിരുന്നു. കുഞ്ഞിനെ എടുത്തവർ വേഗം അവനെ യശോദക്കു കൈമാറി.

കണ്ണന് ആപത്തൊന്നും പറ്റിയില്ലെന്നു കണ്ട് യശോദ കുഞ്ഞിനെ വാരിയെടുത്തു ചുംബിച്ചു. ഈ സമയം നന്ദഗോപരുടെ നേതൃത്വത്തിൽ ഗ്രാമീണർ ഏവരും ചേർന്ന് പൂതനയെ സംസ്ക്കരിച്ചു.

ഈ വാർത്ത കാട്ടുതീ പോലെ പടർന്ന് കംസന്റെ കാതിലുമെത്തി.

'പൂതന ചത്തുവെന്നു പറയുന്നത് ശരി വെക്കാം, പക്ഷേ, കൊന്നത് എഴുന്നേറ്റ് ഇരിക്കാൻ പ്രായമാകാത്ത കുഞ്ഞാണ് എന്നു പറഞ്ഞാൽ ആരു വിശ്വസിക്കും? പറയൂ, ഒരു കൈക്കുഞ്ഞ് പൂതനയെപ്പോലൊരു രാക്ഷസിയെ വകവരുത്തുക! അതു സത്യമാണെങ്കിൽ അത് അവനാണ് എന്റെ അന്തകൻ. അപ്പോ അതിനെ കൊന്നേ പറ്റൂ, പലവഴികൾ ഓർത്തു, നേരിട്ടു ചെന്ന് ഒറ്റ വെട്ടിനു കൊല്ലാൻ അറിയാഞ്ഞിട്ടല്ല, പക്ഷേ ശിശു ഘാതകൻ എന്നു പേരു വരും. മാത്രവുമല്ല ഇത്തിരിപ്പോന്ന കുഞ്ഞിനെക്കൊല്ലാൻ സാക്ഷാൽ കംസനെന്തിനു പോകണം. അനുചരന്മാർ പലരുണ്ട്. അതുമതി.'

അങ്ങനെ, കംസൻ പലവിധത്തിൽ അസുരന്മാരെ അയച്ചു. എല്ലാരുടേയും കണ്ണുവെട്ടിച്ച് ആദ്യം ഒരുത്തൻ കാക്കയായി ചെന്നു. ഉറക്കിക്കിടത്തിയ കുഞ്ഞിനെ കൊത്തി എടുക്കാനായിരുന്നു അവന്റെ ശ്രമം. എന്നാലോ ആ കുഞ്ഞ് ആ പക്ഷിയുടെ കൊക്ക് വലിച്ചു പിളർത്തി ഒറ്റ ഏറ്!

അവൻ ചെന്നു വീണത് ഒരു വയലിൽ. ഗോപന്മാർ ഓടിക്കൂടിയപ്പോൾ കിടക്കുന്നു ഒരു വലിയ അസുരൻ വാ പിളർന്നുകീറി രക്തമൊലിപ്പിച്ച് ചത്തുമലച്ച്!

എന്താ ഇതൊക്കെ? അമ്പാടിയെന്താ രാക്ഷസന്മാരുടെ ശവപ്പറമ്പോ? ആ അസുരനേയും അവർ ദഹിപ്പിച്ചു.

വിവരം കംസനറിഞ്ഞു. ആകെ ഭയന്നു.

ഒപ്പം കോപം കൊണ്ടു വിറച്ചു.

ഇനി ആര്? അവൻ ചിന്തിച്ചു.

ഉണ്ണിക്കണ്ണൻ ഈ സമയം നല്ല മിടുക്കനായി വളരുകയായിരുന്നു. യശോദാമ്മയാകട്ടെ,

ഉണ്ണിക്കാൽ വളര്...

ഉണ്ണിക്കൈ വളര്... എന്നൊക്കെ പാട്ടുപാടി പാലും വെണ്ണയും കൊടുത്ത് വളർത്തുകയാണവനെ. കൂട്ടിന് ഗോകുലത്തിലെ ഗോപന്മാർ എമ്പാടുമുണ്ട്, പിന്നെ, രോഹിണി വല്യമ്മയുടെ മകൻ ബലരാമനുണ്ട്, ഗോപികമാരുണ്ട്. മെല്ലെ അവന്റെ കുറുമ്പ് കൂടിത്തുടങ്ങി. വല്ല രാക്ഷസന്മാരും കുഞ്ഞിനെ തട്ടിയെടുക്കാൻ വന്നാലോ എന്ന ഭയം വേറെ. അങ്ങനേയിരിക്കെ, യശോദ തൈരു കടയുന്ന നേരം, കണ്ണനെ കളിപ്പാട്ടങ്ങളും നൽകി മുറ്റത്ത് ഇരുത്തിയിരിക്കുകയാണ്. ഒന്ന് അകത്തു പോയി വരുന്ന നേരം, കംസൻ അയച്ച ശകടാസുരൻ, ഒരു വലിയ കാളവണ്ടിയുടെ രൂപത്തിൽ കുഞ്ഞിനു നേരെ പാഞ്ഞു ചെന്നു. വരവൊക്കെ ഗംഭീരമായിരുന്നു. യശോദാമ്മ തിരിച്ചെത്തുമ്പോൾ കണ്ണനുണ്ട് മണ്ണിൽ കളിക്കുന്നു.

ഒപ്പം ദൂരെ നിന്ന് ഒരാർത്തനാദവും പിന്നാലെ വലിയ ശബ്ദവും! ഇതെന്തു കഥ? ഗോപന്മാർ ഓടിക്കൂടി.

വീണ്ടും അസുരൻ!

ഇവനൊക്കെ ചാവാനായി അമ്പാടിയിലേക്കു വരുന്നതോ?

അതോ അമ്പാടിയിൽ കാലുകുത്തുമ്പോൾ ചത്തുമലയ്ക്കുന്നതോ? കംസൻ ആ വിവരവും അറിഞ്ഞു. അതാ ശടകാസുരനും തീർന്നു. ഇനി?

അവൻ ചിന്തിക്കുമ്പോഴേക്കും അമ്പാടിക്കണ്ണന്റെ ലീലകൾ പാലു വിൽക്കാൻ ചെല്ലുന്ന യദുകുല ഗോപികമാർ പറഞ്ഞ് മഥുരയിലും വലിയ പ്രസിദ്ധിയായി.

എന്നാലോ യശോദാമ്മയ്ക്ക് പെണ്ണുങ്ങളിങ്ങനെ തന്റെ മകനെക്കുറിച്ചു പാടി നടക്കുന്നത് ഒട്ടും ഇഷ്ടമായിരുന്നില്ല. 'പറഞ്ഞുപറഞ്ഞ് കുഞ്ഞിനെ കണ്ണുവെക്കും ഇവറ്റ.'യശേദ മുഖം കൂർപ്പിക്കും. കണ്ണൻ മുട്ടിലിഴയാറായപ്പോൾ യശോദാമ്മ പറഞ്ഞു, 'നോക്ക് കണ്ണാ, ആരു വിളിച്ചാലും അവരുടെ ഒക്കത്തേക്കു നീ ചാടല്ലേ, കണ്ണുവെക്കും, അവരെന്റെ കണ്ണനുണ്ണിയെ.'എന്നാലോ ഗോകുല

ത്തിലെ പെണ്ണുങ്ങൾക്ക് മറ്റൊരു ചിന്തയും ഇല്ലാത്ത മട്ടായി. സദാ കണ്ണാ കണ്ണാ എന്നായി അവർ.

അങ്ങനേയിരിക്കെ കണ്ണന്റെ കുറുമ്പ് സഹിക്കാനാകാതെ യശോദ അവനെ ഉരലിൽ കെട്ടിയിട്ടു.

'കിടക്കവിടെ നീ, ഇങ്ങനേയുമുണ്ടോ ഒരു കുറുമ്പ്? അവിടെക്കിടക്ക്.'

കണ്ണൻ വലിയ വായിൽ കരഞ്ഞു പ്രതിഷേധിച്ചു. പിന്നെ കണ്ണീരും ഒലിപ്പിച്ച് അങ്ങനെ നിന്നു. യശോദാമ്മ കരുതിയത് ഉരലിൽ കെട്ടിയിട്ടതല്ലേ, വികൃതി അവിടെ അടങ്ങിയിരിക്കുമല്ലോ എന്നാണ്. എന്നാൽ ഉണ്ണിയല്ലേ ആള്? അവനാ ഉരലും വലിച്ച് മുട്ടിലിഴഞ്ഞ് മുന്നോട്ടു പോയി. അപ്പോഴുണ്ട് മുറ്റത്ത് രണ്ടു മരങ്ങൾ അടുത്തടുത്ത് നിൽക്കുന്നു.

ആ രണ്ടു മരത്തിന്റേയും ഇടയിൽക്കൂടി അപ്പുറത്തേക്കു പോവുക തന്നെയെന്ന് കണ്ണനുണ്ണി നിശ്ചയിച്ചു. അവയുടെ ഇടയിലൂടെ ഞെങ്ങിഞെരുങ്ങി ഉണ്ണി അപ്പുറം കടന്നു. പക്ഷേ, ഉരലും കൂടെപ്പോരണ്ടേ? ഉണ്ണി ഒന്നു വലിച്ചു.

ഉം... ഹും. മരങ്ങളുണ്ടോ അനങ്ങുന്നു?

ഒന്നും കൂടി വലിച്ചു. എന്താ കഥ!

ആ വലിയ രണ്ടു മരങ്ങൾ കടപുഴകി രണ്ടു വശത്തേക്ക് മറിഞ്ഞു വീണു.

യഥാർത്ഥത്തിൽ ആ മരങ്ങൾ ശാപം കിട്ടിയ ഗന്ധർവന്മാരായിരുന്നു. ദ്വാപരയുഗത്തിൽ മഹാവിഷ്ണു ഭൂമിയിൽ അവതരിക്കുമ്പോഴേ അവർക്കു ശാപമോക്ഷം കിട്ടുകയുള്ളൂ എന്നായിരുന്നു ആ കഥ. എന്തായാലും, ആളുകൾ ഓടി എത്തുമ്പോഴേക്കും ഗന്ധർവന്മാർ ഉണ്ണിയെ നമസ്ക്കരിച്ച് ആകാശത്തേക്കു പോയി.

മരം വീണതോടെ വലിയ ബഹളമായി.

നോക്കുമ്പോ എന്താ കഥ, മരങ്ങൾക്കിടയിൽ ഉരലിൽ ബന്ധിക്കപ്പെട്ട് ഉണ്ണിക്കണ്ണൻ! യശോദാമ്മ അലമുറയിട്ടു കരഞ്ഞ് ഉരലിൽ കെട്ടിയ കയറഴിച്ച് ഉണ്ണിയെ വാരിയെടുത്തു. പാവം അമ്മ! കുറുമ്പു കാട്ടുന്ന ഉണ്ണിക്കണ്ണന് ചെറിയൊരു ശിക്ഷയെന്നേ കരുതിയുള്ളൂ. പക്ഷേ, ഇതിപ്പോൾ വലിയ ശിക്ഷയായി ആ അമ്മക്ക്.

അങ്ങനെ ദിവസങ്ങൾ കടന്നു പോയി.

ഉണ്ണി നല്ലതുപോലെ മണ്ണുവാരിത്തിന്നും. ചോദിച്ചാലോ തിന്നില്ലെന്നു കള്ളം പറയും. അങ്ങനെ ഒരു ദിവസം അമ്മ കണ്ടു കണ്ണൻ മണ്ണുവാരിത്തിനുന്നത്. 'അമ്പടാ.... അത്രയ്ക്കായോ? ഇന്നു നിന്നെ....'

എന്നു പറഞ്ഞ് യശോദ ഒരു ചെറിയ കമ്പുമെടുത്ത് ഉണ്ണിയുടെ അടുത്തെത്തി.

'ഉണ്ണീ വാ തുറക്ക്.' അമ്മ പറഞ്ഞു.

ഉണ്ണി വാ തുറക്കാൻ കൂട്ടാക്കിയില്ല.

അമ്മ നല്ല ദേഷ്യത്തിലാണ്. തല്ലു കിട്ടും, ഉറപ്പായി.

'ഉണ്ണീ വാ തുറക്ക്.'

അമ്മ വീണ്ടും പറഞ്ഞു.

ഉണ്ണി വാ പൊത്തി നിന്നു.

അമ്മയ്ക്ക് നല്ലോണം ദേഷ്യം വന്നു.

അമ്മ അടിക്കാനോങ്ങിയപ്പോൾ ഉണ്ണി വാ തുറന്നു. ഉണ്ണിയുടെ വായിലതാ ഈരേഴു പതിനാലു ലോകം!

ഇതെന്താണിതുഭഗവാനേ...

മതി മതിയെന്നു പറഞ്ഞ് പാവം ആ അമ്മ കണ്ണുപൊത്തി. ഉണ്ണി വായും പൂട്ടി.

പാവം അമ്മ ആ കണ്ടത് അപ്പഴേ മറന്നു.

ഉണ്ണിയോ ഒരു കള്ളച്ചിരിയും ചിരിച്ച് അടുത്ത വികൃതിയും തുടങ്ങി.

○○

മൂന്ന്
ദേവേന്ദ്രന്റെ അഹങ്കാരശമനം

ഗോപന്മാരുടെ സമ്പത്ത് ഗോക്കളാണ്. ഗോക്കൾ നല്ലപോലെ വളരണമെങ്കിൽ ഇളംപുല്ല് ധാരാളം വേണം. പുല്ല് നന്നായി വളരാൻ നല്ല മഴയും വേണം. അങ്ങനെ മഴ കിട്ടാൻ മഴയുടെ അധിപൻ ഇന്ദ്രനെ പ്രീതിപ്പെടുത്തണം. അമ്പാടിയിലെ ഗോപന്മാരും അതിലൊരു വീഴ്ച വരുത്താറില്ല. ആറു വർഷം കൂടുമ്പോൾ അവർ ഇന്ദ്രയാഗം നടത്തി ഇന്ദ്രനെ പ്രീതിപ്പെടുന്നതാണ് പതിവ്.

വൃന്ദാവനത്തിൽ ആ വർഷം തന്നെ ഒരു ഇന്ദ്രയാഗം നടത്താമെന്ന് നന്ദഗോപരം കൂട്ടരും തീരുമാനിച്ചു. അതിനുവേണ്ട ഒരുക്കങ്ങൾ തുടങ്ങി. കൃഷ്ണൻ ഇതെല്ലാം കണ്ട് അച്ഛനോട് ചോദിച്ചു, 'എന്തിനാണച്ഛാ ഈ ഒരുക്കങ്ങൾ?'

നന്ദഗോപർ മകനെ മടിയിൽ എടുത്തിരുത്തിയിട്ടു പറഞ്ഞു, 'കണ്ണാ ഭൂമി ഫലപുഷ്ടിയുള്ളതാകണമെങ്കിൽ സമയാസമയം മഴ കിട്ടണം. എങ്കിലേ പുല്ല് സമൃദ്ധിയായി വളർന്ന് നമ്മുടെ പശുക്കൾക്ക് വേണ്ടപോലെ ആഹാരം കിട്ടുകയുള്ളൂ. അതിനായി ഇന്ദ്രനെ സന്തുഷ്ടനാക്കണം അതിനുവേണ്ടി നമ്മൾ യാഗം നടത്തേണ്ടതുണ്ട്. അതിന്റെ ഒരുക്കങ്ങളാണ് ഇതൊക്കെ.'

അതു കേട്ട് കണ്ണൻ പുഞ്ചിരിച്ചു കൊണ്ട് പറഞ്ഞു, 'അച്ഛാ, നമുക്കും നമ്മുടെ പശുക്കൾക്കും ഭക്ഷണം തരുന്നത് ഗോവർദ്ധന പർവതമല്ലേ? നമ്മുടെ കുലദൈവം ഗോവർദ്ധനമാണ്. നമ്മൾ യാഗം നടത്തേണ്ടത് ആ പ്രത്യക്ഷദൈവത്തിനാണ്.'വളരെ അറിവും പരിചയമുള്ള ആൾ പറയുന്നതുപോലെ കണ്ണൻ പറഞ്ഞപ്പോൾ നന്ദഗോപർക്കും സുഹൃത്തുക്കൾക്കും അതാണ് ശരിയെന്നു തോന്നി. അങ്ങിനെ ഒരു നല്ല മുഹൂർത്തത്തിൽ യാഗം ആരംഭിച്ചു. സ്ത്രീകൾ സംഘം ചേർന്ന് അവിടം മുഴുവൻ അടിച്ചുതളിച്ച് വൃത്തിയാക്കി. പുഷ്പങ്ങളും തോരണങ്ങളും കെട്ടി അലങ്കാരങ്ങൾ ചെയ്തു

ഗോവർദ്ധനഗിരി ആകെ മോടിപിടിപ്പിച്ചു. പർവതത്തിന്റെ മുകളിൽ സ്തംഭം നാട്ടി ഭംഗിയാർന്ന കൊടിക്കൂറകൾ തൂക്കി.

വാദ്യമേളങ്ങൾ മുഴങ്ങി. അവൽ, മലർ, പായസം, കരിമ്പ്, പഴം എന്നുവേണ്ട പലതരം നിവേദ്യങ്ങൾ പർവതപരിസരത്ത് സംഭരിച്ചു, ധാരാളം എണ്ണ വിളക്കുകൾ, നെയ് വിളക്കുകൾ എല്ലാം തെളിയിച്ചു. പൂജാമന്ത്രങ്ങളും ഭജനയും കൊണ്ട് അന്തരീക്ഷം നിറഞ്ഞു. ഇന്ദ്രയാഗത്തേക്കാൾ ആർഭാടത്തോടെ ഗോവർദ്ധന യാഗം നടത്തി. ഗോപസ്ത്രീകൾ പർവ്വതത്തിനു ചുറ്റും വലംവെച്ച് നൃത്തം ചെയ്തു. അങ്ങിനെ യാഗം ഭംഗിയായി നടന്നു. ബലിപൂജാദികൾ അർപ്പിക്കുന്ന സമയമായപ്പോൾ കൃഷ്ണൻ ആ പർവ്വതത്തിൽ അധിനിവേശം ചെയ്തു, ജീവനുള്ള ഗോവർദ്ധനമായി. നിവേദ്യങ്ങൾ പ്രത്യക്ഷത്തിൽ ഗോർദ്ധനൻ ഭക്ഷിച്ചു. സർവ്വരും വിസ്മയാതീതരായി അപ്പോൾ ഗിരീന്ദ്രൻ അരുളി ചെയ്തു. 'ഗോപികാഗോപന്മാരെ നിങ്ങളുടെ യാഗത്തിൽ ഞാൻ വളരെ തൃപ്തനായി. നിങ്ങൾക്കു ഞാനെന്നും ആശ്രയമായിരിക്കും മംഗളം ഭവിക്കട്ടെ.'

സാധാരണ ദേവേന്ദ്രൻ അഗ്നിയിൽ സമർപ്പിക്കുന്ന ഹവിസിൽ കൂടിയാണ് നിവേദ്യങ്ങൾ സ്വീകരിച്ചിരുന്നത്. ഇവിടെയോ, ഗോവർദ്ധനം നേരിട്ടുവന്ന് നിവേദ്യബലിയും സ്വീകരിച്ചിരിക്കുന്നു. ഈ സംഭവങ്ങൾ നാട്ടുനീളെ പ്രകീർത്തിക്കപ്പെട്ടു. അങ്ങനെ നാരദമുനിയും ഇക്കാര്യങ്ങൾ അറിഞ്ഞു. ഉടനെ ഈ വിവരം നാരദർ, ഇന്ദ്രനെ അറിയിച്ചു. എല്ലാം വിസ്തരിച്ചു പറഞ്ഞതു കേട്ടപ്പോൾ ഇന്ദ്രൻ കോപം കൊണ്ട് ജ്വലിച്ചു. ഗോപന്മാരുടെ ഈ ധിക്കാരത്തിന് തക്കപ്രതികാരം ചെയ്തില്ലെങ്കിൽ ദേവരാജനായി വാഴുന്നതിൽ എന്തർത്ഥം? ഈ യാഗം മുടക്കിയത് കൃഷ്ണനാണെന്ന് ദേവേന്ദ്രന് മനസ്സിലായി.

ഇന്ദ്രൻ ചിന്തിച്ചു, കൃഷ്ണൻ വിഷ്ണുവിന്റെ അവതാരം ആണെന്നാണ് പറയുന്നത്. അതു വെറുതെയാണ്. വിഷ്ണു ഒരിക്കലും ദേവന്മാർക്ക് ദ്രോഹം ചെയ്യില്ല. ദേവതകൾക്ക് അനുകൂലിയായ വിഷ്ണു യാഗം മുടക്കില്ല. അതുകൊണ്ടു തന്നെ കൃഷ്ണൻ വിഷ്ണുവല്ല, ഗോപന്മാരെ പാഠം പഠിപ്പിച്ചിട്ട് ബാക്കിക്കാര്യം. ഇന്ദ്രൻ നിശ്ചയിച്ചു. വജ്രായുധവും എടുത്ത് ഐരാവതത്തിന്റെ മുകളിൽക്കയറി വൃന്ദാവനത്തിലേക്ക് ദേവേന്ദ്രൻ പുറപ്പെട്ടു.

പെട്ടെന്ന് വൃന്ദാവനത്തിന് മുകളിൽ കാർമേഘം നിറഞ്ഞു. സൂര്യനെ കാർമേഘം മൂടി. ആകെ അന്ധകാരമായി. ഇടിമുഴക്കങ്ങളും മിന്നൽപിണരുകളും കൊടുങ്കാറ്റും കൊണ്ട് അന്തരീക്ഷം ഭീക

രമാക്കി. തൊട്ടുപിന്നാലെ തുമ്പിക്കൈ വണ്ണത്തിൽ പേമാരിയും തുടങ്ങി. ആബാലവൃദ്ധം ജനങ്ങളും ഗോക്കളും ഭയന്നമ്പരന്നു. മരങ്ങൾ ഒടിഞ്ഞു വീഴുന്നു, ആറ്റിലെ വെള്ളം പലവഴിക്കും കുത്തിയൊലിക്കാൻ തുടങ്ങി, വീടുകൾ തകർന്നുവീഴുന്നു, എല്ലാവരും കൃഷ്ണനെ നോക്കി ചോദിച്ചു, 'എന്താ കൃഷ്ണാ ഇത്? ഇന്ദ്രൻ ചെയ്യുന്നത് ദ്രോഹം അല്ലേ. യാഗം മുടക്കിയതിന്റെ പ്രതികാരം തീർക്കുകയാണ്.'

കൃഷ്ണൻ പറഞ്ഞു, 'ആരും ഭയക്കേണ്ട നമ്മൾ യാഗം നടത്തിയത് ഗോവർദ്ധനത്തിനാണ്. ഗോവർദ്ധനം നമ്മെ രക്ഷിക്കും. ഗോക്കളും കുട്ടികളും സർവരും എന്റെ ഒപ്പം വരൂ. മറ്റു വഴിയൊന്നുമില്ല,' എല്ലാവരും കൂടി ഒരു വിധത്തിൽ നനഞ്ഞൊലിച്ചു പർവതത്തിന്റെ താഴ്വാരത്തിൽ എത്തി. കൃഷ്ണൻ മാത്രം മുന്നോട്ടു നടന്നു. ഗോവർദ്ധനത്തെ തൊഴുതു. പിന്നെ തന്റെ വലതുകൈയിലെ ചെറുവിരലിൽ ഗോവർദ്ധനത്തെ എടുത്തുയർത്തി. പർവ്വതത്തെ ഒരു വലിയ കുടയാക്കി പിടിച്ചു. കൃഷ്ണൻ എല്ലാരോടുമായി പറഞ്ഞു, 'ദാ, കണ്ടില്ലേ നമ്മെ അനുഗ്രഹിക്കാനായി പർവ്വതം തനിയെ പൊങ്ങിയിരിക്കുന്നു. ഇത് താഴെ വീഴുകയില്ല. നിങ്ങളെ ആശ്വസിപ്പിക്കാൻ ആയി ഞാൻ ഒരു കൈ കൊണ്ട് താങ്ങിയിരിക്കുന്നു എന്നു മാത്രം. മഴയിൽ രക്ഷപ്പെടാൻ ഇതിനിടയിൽ എല്ലാവർക്കും കയറി നിൽക്കാം. ഗോക്കൾക്കും നിൽക്കാൻ സ്ഥലമുണ്ട്. സുഖമായി ഇരുന്ന് ഇന്ദ്രന്റെ കോപവർഷം നമുക്ക് കാണാം.'

ഒരു കൈ കൊണ്ട് പർവ്വതത്തെ താങ്ങിയിരിക്കുന്നു മറ്റേ കൈ കൊണ്ട് പുല്ലാംകുഴൽ ഊതിക്കൊണ്ട് അമ്പാടിക്കണ്ണൻ അങ്ങനെ നിന്നു. ഗോപസ്ത്രീകളും കുട്ടികളും ഗോപന്മാരും അവരുടെ പശുക്കളും എല്ലാം പർവതത്തിനടിയിൽ സുഖമായി ജീവിച്ചു. ആഹാരത്തിന് പശുക്കളുടെ പാൽ ധാരാളം, പശുക്കൾ മഴയാണെങ്കിലും പുറത്തിറങ്ങി പുല്ലുതിന്ന് തിരിച്ചുവന്നു വിശ്രമിച്ചു.

മകന്റെ നിൽപ്പ് കണ്ട് യശോദ കരയാൻ തുടങ്ങി. കണ്ണന്റെ കായാമ്പൂ മേനി വിയർത്തൊലിക്കുന്നു. ഗോപസ്ത്രീകൾക്കും സങ്കടമായി. ബലരാമൻ എല്ലാവരെയും ആശ്വസിപ്പിച്ചു. 'എന്തിനാ അമ്മേ കരയുന്നത്. പർവ്വതം തനിയെ പൊങ്ങിയിരിക്കുകയാണ് കൃഷ്ണൻ വെറുതെ തമാശയ്ക്ക് നിൽക്കുന്നു എന്നേയുള്ളൂ. അവന്റെ നേരമ്പോക്കാണ് വിഷമിക്കാതിരിക്കൂ.'

അതു പറഞ്ഞിട്ട് ബലരാമൻ പതുക്കെ കൃഷ്ണന്റെ അടുത്ത് ചെന്നു ചോദിച്ചു, 'കൃഷ്ണാ നീ വിഷമിക്കുന്നുണ്ട്, കുറച്ചുനേരം

വിശ്രമിക്ക് അതുവരെ ഞാൻ ചുമക്കാം.'അനന്തന്റെ അംശാവതാര മായ ബലരാമനും ഇത് നിസ്സാരമാണെന്നു കൃഷ്ണനറിയാം. പക്ഷേ, 'ഗോവർദ്ധനം നമ്മെ രക്ഷിക്കും.'എന്നു പറഞ്ഞ് ഇന്ദ്രനു ള്ള യാഗം മുടക്കിച്ചത് താനാണ്. ആ സ്ഥിതിക്ക് ഞാൻ തന്നെ ഇതു ചുമക്കണം കണ്ണൻ ഉറപ്പിച്ചു.

ബലരാമൻ തിരിച്ചുവന്നപ്പോൾ യശോദയും നന്ദഗോപരും വിഷമത്തോടെ പറഞ്ഞു, 'ബലരാമാ, കണ്ണൻ മല ചുമക്കുകയാണെ ന്നു ഞങ്ങൾക്കറിയാം. അവന്റെ കാലുകൾ കഴയ്ക്കില്ലേ? ദേഹം വേദനിക്കില്ലേ?' ബലരാമൻ സമാധാനപ്പെടുത്തി, 'കൃഷ്ണന് ഒരു വിഷമവും ഇല്ല. എത്രയോ അസുരന്മാരെയാണവൻ അവൻ കൊ ന്നത്, അത് അച്ഛനും അമ്മയ്ക്കും അറിയില്ലേ? അവൻ അത്ഭുത ബാലനാണ് പോരെങ്കിൽ അവൻ മല ചുമക്കുന്നില്ല, മല തനിയെ പൊങ്ങിയതാണ്.'

ഒരു കൊച്ചു കുട്ടി ഒരു വലിയ കുട ചൂടി നിൽക്കുന്നതു പോലെ ഏഴു ദിവസങ്ങൾ വസുദേവപുത്രൻ അചഞ്ചലനായി നിന്നു. ഏഴു ദിവസം പ്രളയം പെയ്തിട്ടും വൃന്ദാവന നിവാസികൾക്ക് ഒന്നും സംഭവിച്ചില്ല. ഇന്ദ്രൻ ആകെ വിഷണ്ണനായി. നാണിച്ച് മഴ മേഘങ്ങ ളോട് മടങ്ങിപ്പോരാൻ ആജ്ഞാപിച്ചു. തന്റെ അഹങ്കാരം കൃഷ്ണൻ ശമിപ്പിച്ചിരിക്കുന്നു. ഇന്ദ്രൻ കീഴടങ്ങി.

അതോടെ മാനം തെളിഞ്ഞു. സൂര്യപ്രകാശം എങ്ങും പരന്നു. കൃഷ്ണന്റെ നിർദ്ദേശം അനുസരിച്ച് പർവ്വതത്തിന്റെ അടിയിൽ നി ന്ന് എല്ലാവരും തിരിച്ചുപോയി. ഗോവർദ്ധനം മെല്ലെ താഴെയിറ ങ്ങി. ഗോപകുമാരനും ഓടക്കുഴൽ വിളിച്ച് കൂട്ടുകാർക്കൊപ്പം ചേർ ന്നു. പക്ഷേ, അപ്പോഴും ഇന്ദ്രന്റെ ഭയം മാറിയില്ല. ഇന്ദ്രൻ, കണ്ണ നോടു മാപ്പപേക്ഷിക്കാനും ഒറ്റയ്ക്കു പോകാൻ മടിച്ച് ദിവ്യ പശു വായ കാമധേനുവിനെ ഒപ്പംകൂട്ടാനും നിശ്ചയിച്ചു.

ഒരു ദിവസം കൃഷ്ണൻ കാലിമേയ്ക്കുന്നതിനിടയിൽ കാളിന്ദി തീരത്ത് നിൽക്കുകയായിരുന്നു. കൂട്ടുകാരാരും കൂടെയില്ല. ആ തക്കത്തിന് കാമധേനുവുമായി ഇന്ദ്രൻ അവിടെ ചെന്നു. തന്റെ കിരീടം ഭഗവാന്റെ പാദത്തിങ്കൽ അർപ്പിച്ച് അപരാധം പൊറുത്തു മാപ്പ് തരണമെന്ന് അപേക്ഷിച്ചു. കാമധേനുവും കണ്ണനെ വാഴ്ത്തി സ്തുതിക്കാൻ തുടങ്ങി. അപ്പോഴേക്കും കാമധേനുവിന്റെ അകിടിൽ നിന്നും പാൽചുരന്നു. ആ പാൽ കൊണ്ട് ഇന്ദ്രൻ, കൃഷ്ണനെ അഭിഷേകം ചെയ്തു. 'പ്രഭോ അങ്ങയെ ഞാൻ ഗോവിന്ദൻ എന്ന നാമത്തിൽ അഭിഷേകം ചെയ്യുന്നു.'എന്ന് ഇന്ദ്രൻ പറഞ്ഞു. ഈ

സമയം ഐരാവതം ആകാശഗംഗയിലെ തീർത്ഥജലം കൊണ്ട് ഗംഗാഭിഷേകവും ചെയ്യിച്ചു.

ആ ഗോവിന്ദപട്ടാഭിഷേകം ദർശിക്കാൻ സകലദേവതകളും എത്തിച്ചേർന്നു. എല്ലാവരേയും ഗോവിന്ദൻ അനുഗ്രഹിച്ചു. പിന്നെ, പഴയ അമ്പാടിക്കണ്ണനായി ഓടക്കുഴൽ വിളിക്കാൻ തുടങ്ങി. കൂട്ടുകാർ ആ നാദം കേട്ട് കണ്ണന്റെ അടുത്തേക്ക് ഓടിയെത്തുകയും ചെയ്തു.

നാല്
കാളിയമർദ്ദനം

കാളിയൻ എന്ന സർപ്പത്തിന്റെ കഥ കൃഷ്ണകഥകളിൽ ഏറെ പ്രചാരമുള്ളതാണ്. കുട്ടികൾക്ക് ഏറ്റവും പ്രിയപ്പെട്ട കഥയുമാണത്. ധാരാളം ദുഷ്ടന്മാരുടെ അഹങ്കാരം കണ്ണൻ നശിപ്പിച്ചു, അതിൽ പ്രധാനിയാണ് കാളിയൻ. കാളിയൻ എന്ന സർപ്പം കാളിന്ദി നദിയിൽ പരിവാരങ്ങൾക്കൊപ്പം വാസമുറപ്പിച്ചിട്ട് വളരെക്കാലമായിരുന്നു. യഥാർത്ഥത്തിൽ അവൻ ഗരുഡനെ ഭയന്ന് കാളിന്ദിയിൽ ഒളിച്ചു താമസിക്കാൻ എത്തിയതാണ്. എന്നാൽ കാലക്രമേണ അവന്റെ അഹങ്കാരം വർദ്ധിച്ചു. ആരെങ്കിലും കാളിന്ദിയിൽ ഇറങ്ങിയാൽ ജീവനോടെ തിരിച്ചു വരില്ല എന്ന അവസ്ഥയായി അതോടെ. നദിയിലെ ജലം മുഴുവൻ മുഴുവൻ വിഷമയമായി തീർന്നിരുന്നു. ആ നദിയുടെ മീതെ പറക്കുന്ന പക്ഷികൾ പോലും ചത്തുവീണു. നദീതീരത്തുള്ള പുൽത്തുമ്പു പോലും ഉണങ്ങിക്കഴിഞ്ഞു. അവിടെ ആകെ ഒരു കടമ്പ് വൃക്ഷം മാത്രം കരിയാതെ ഉണ്ടായിരുന്നു. അതിനൊരു കാരണമുണ്ട്, പണ്ട് ഗരുഡൻ തന്റെ അമ്മ വിനീതയ്ക്കു വേണ്ടി ദേവതകളെ തോൽപ്പിച്ച് ഇന്ദ്രലോകത്തുനിന്ന് അമൃതകലശം ഭൂമിയിലേക്ക് കൊണ്ടുവന്നിരുന്നു. അങ്ങനെ വരുന്ന വഴി, ആ കടമ്പു വൃക്ഷത്തിൽ ക്ഷീണം തീർക്കാനായി ഗരുഡൻ ഇരുന്നു. അപ്പോൾ ആ കുംഭത്തിൽ നിന്ന് ഏതാനം തുള്ളി അമൃത് ആ മരത്തിൽ വീഴാൻ ഇടയായി. അങ്ങനെ അമൃതിൻ തുള്ളികൾ കടമ്പിനു മേൽ വീണതിനാലാണ് ആ വൃക്ഷം മാത്രം ഉണങ്ങാതെ അവിടെ നിന്നിരുന്നത്.

അങ്ങനെയിരിക്കേ ഒരു ദിവസം കൃഷ്ണൻ കൂട്ടുകാരുമൊത്ത് കാലികളെ മേച്ചുകൊണ്ട് വനത്തിലേക്ക് യാത്രയായി. കാട്ടിലേക്കു കാലിമേയ്ക്കാൻ പോകല്ലേ കണ്ണാ എന്ന് യശോദ പറഞ്ഞതാണ് കണ്ണൻ അനുസരിച്ചില്ല. എന്താ ചെയ്യുക? കുറുമ്പു കൂടുതലാണ്

കണ്ണന്. അന്നു ബലരാമനും കൂടെ പോയിട്ടില്ല. പശുക്കളെ മേയാൻ വിട്ട് കൃഷ്ണൻ കൂട്ടുകാരുമായി നദീതീരത്തിരുന്നു കളിക്കാൻ തുടങ്ങി. ഇടയ്ക്കിടയ്ക്ക് ഗോക്കളെ ആനന്ദിപ്പിക്കാൻ കൃഷ്ണൻ വേണുഗാനം ഊതി കൊണ്ടിരുന്നു. കുറേ സമയം കഴിഞ്ഞപ്പോൾ ഗോക്കൾ മുന്നിലേക്കു നടന്നുപോയി. അപ്പോൾ കളി മതിയാക്കി കണ്ണനും കൂട്ടരും പശുക്കളുടെ പിന്നാലെ പോയി. പെട്ടെന്ന് അവർക്ക് തോന്നി വഴിതെറ്റിയോ എന്ന്. കാരണം, കുറേ നടന്നപ്പോൾ പുല്ലുകളും മരങ്ങളും ഇല്ലാത്ത സ്ഥലമായി. വെയിൽ മൂത്താൽ ആകെ പ്രശ്നമാവുമല്ലോ. തണൽ വൃക്ഷങ്ങൾ കുറവായതുകൊണ്ട് നമുക്ക് ഇവിടെ നിന്നും മാറാം എന്ന് എല്ലാവരും കൂടി തീരുമാനിച്ചു. ഉച്ച സമയമായി വെയിലിന്റെ ചൂട് കാരണം എല്ലാവർക്കും നല്ല ദാഹം തോന്നി. ദാഹിച്ചുവലഞ്ഞ അവർ നദീതീരത്തെത്തി. കൂട്ടുകാരും പശുക്കളും കാളിന്ദിയിലെ ജലം കുടിച്ചു. പെട്ടെന്ന് അവരെല്ലാം നദീതീരത്ത് മരിച്ചുവീണു. കണ്ണൻ നോക്കുമ്പോൾ ഓരോരുത്തരായി കുഴഞ്ഞു വീഴുന്നു, മരിക്കുന്നു. ഇതെന്താണു പറ്റിയത്?ഏതായാലും എല്ലാവരേയും കണ്ണൻ തന്റെ ശക്തി കൊണ്ട് ഉറക്കത്തിൽ നിന്ന് എഴുന്നേൽക്കുന്ന പോലെ ഉണർത്തി. ഒപ്പം കാളിയന്റെ അഹങ്കാരം ശമിപ്പിക്കണമെന്ന് ഉള്ളിലുറപ്പിക്കുകയും ചെയ്തു. കൂട്ടുകാരോട് ആ ജലത്തിൽ ഇറങ്ങരുത് എന്നാവശ്യപ്പെട്ട് അവരേയും ഗോക്കളേയും ദൂരേക്കു മാറ്റി.

എന്നിട്ട്, ആ നീലകടമ്പ് മരത്തിൽ കണ്ണൻ ചാടിക്കയറി. ആ മരത്തിനു മുകളിലിരുന്നാൽ നദിയിലേക്കു നല്ല കാഴ്ച കിട്ടും. വിചിത്ര നിറവും ധാരാളം പുള്ളികൾ നിറഞ്ഞതുമായ ശരീരം ഇളക്കിമറിച്ച് ഭാര്യമാർക്കും അനുചരന്മാർക്കുമൊപ്പം കാളിയൻ എന്ന ഭീകര സർപ്പം മേളിക്കുന്ന കാഴ്ചയാണ് ഭഗവാൻ കണ്ടത്. ഒട്ടും താമസിച്ചില്ല കണ്ണൻ ആ നദിയിലേക്ക് എടുത്തുചാടി. ചാട്ടത്തിന്റെ ശക്തികൊണ്ട് നദീജലം ആകെ ഇളകി മറിഞ്ഞു. അതെന്താണ് എന്നറിയാൻ ആ കാളസർപ്പം തല ഉയർത്തി നോക്കി.

എന്തായിത്, ഒരു കൊച്ചു ബാലൻ തന്റെ അടുത്തേക്ക് നീന്തി വരികയാണല്ലോ, കോപത്തോടെ കാളിയൻ പറഞ്ഞു, 'എടാ, മരിക്കാൻ വേണ്ടിയാണോ നീ ഈ വെള്ളത്തിൽ ചാടിയത്? നീ ആരാണ്? ഒരു ജീവജാലവും ഈ വെള്ളത്തിൽ ഇല്ല എന്നത് നീ കാണുന്നില്ലേ? ഇതിനോടകം നീ മരിക്കാത്തത് അത്ഭുതമാണ്. ഞാൻ നിന്റെ അന്തകനാണ്.'

കാളിയൻ ആയിരം ഫണങ്ങളും ഉയർത്തി. കൃഷ്ണൻ ഒന്നും

കൂസാതെ അവനു നേരെ നീന്തിച്ചെല്ലുന്നതു കണ്ട് കാളിയന് നാണക്കേട് തോന്നി. പത്തികൾ ആയിരവും വിടർത്തിക്കൊണ്ട് അവൻ കണ്ണന്റെ പാദത്തിൽ ദംശിച്ചു. കണ്ണന്റെ ആ പൂ ഉടൽ മുഴുവൻ കടിച്ചു, പിന്നെ ചുറ്റി വലിഞ്ഞു മുറുക്കി. കുറേ നേരത്തേക്ക് കണ്ണൻ അവശനായതുപോലെ ആ ചുറ്റുകൾക്കിടയിൽ ഒതുങ്ങിക്കിടന്നു. നദിക്കരയിൽ കണ്ണനെ കാത്തുനിന്ന ഗോപബാലന്മാർ അത് കണ്ട് കരയാൻ തുടങ്ങി. പശുക്കളും കണ്ണീരൊഴുക്കി.

'അയ്യോ, കൃഷ്ണാ നീ ഞങ്ങളെ വിട്ടു പോയോ?'എന്നാലറി കരഞ്ഞുകൊണ്ട് ഗോപാല ബാലന്മാർ സങ്കടപ്പെട്ടു നിന്നു. സന്ധ്യയായിട്ടും കൃഷ്ണനെയും കൂട്ടുകാരേയും കാണാതെ വൃന്ദാവന നിവാസികളും വിഷമിച്ചു. യശോദയുടെയും നന്ദഗോപരുടെയും സങ്കടം കണ്ട് ബലരാമൻ അവരെ ആശ്വസിപ്പിച്ചു. യശോദയെ പോലെ മറ്റു സ്ത്രീ ജനങ്ങളും കരയാൻ തുടങ്ങി അവിടെയും കണ്ണീരും ബഹളവുമായി.

അവസാനം എല്ലാവരും കൂടി കാളിന്ദി തീരത്തേക്ക് പുറപ്പെട്ടു. നന്ദഗോപരടക്കം എല്ലാ ഗോപന്മാരും ഗോപസ്ത്രീകളും യശോദാ, രോഹിണി, രാധ അങ്ങനെ എല്ലാവരും അക്കൂട്ടത്തിൽ ഉണ്ടായിരുന്നു. നദിക്കരയിൽ നിന്നും ഉയർന്ന ബാലന്മാരുടെ കരച്ചിൽ കേട്ട് യശോദ തളർന്നു. യശോദ നോക്കുമ്പോൾ കണ്ണൻ മാത്രം അക്കൂട്ടത്തിൽ ഇല്ല.

'എവിടെ എന്റെ ഉണ്ണിക്കണ്ണൻ... 'എന്ന് യശോദ അലമുറയിട്ട് കരയാൻ തുടങ്ങി. ഗോപബാലന്മാർ കാളിയനാൽ ചുറ്റപ്പെട്ടു വെള്ളത്തിൽ പൊങ്ങിക്കിടക്കുന്ന കണ്ണനെ യശോദയ്ക്ക് കാണിച്ചുകൊടുത്തു. 'മോനേ ചതിച്ചോ... ദൈവമേ'എന്നലറി നന്ദഗോപനും യശോദയും ആറ്റിലേക്ക് ചാടാനൊരുങ്ങി. ബലരാമൻ അവരെ തടഞ്ഞുകൊണ്ടു സമാധാനപ്പെടുത്തി.

'കരയാതിരിക്കൂ... കണ്ണന് ഒന്നും സംഭവിക്കില്ല എത്ര ആപത്തുകൾ അവനെ ചുറ്റിയിട്ടും അവൻ രക്ഷപ്പെട്ടിട്ടില്ലേ?'

തന്റെ മാതാപിതാക്കളും ഗോപികാഗോപന്മാരും ജ്യേഷ്ഠനും സഖികളും എല്ലാവരും വിഷമിക്കുന്നത് കണ്ണൻ കണ്ടു. കാളിയന്റെ ചുറ്റിൽ നിന്നും മോചനം നേടാൻ തീരുമാനിച്ചു. ആ ചുറ്റിനകത്ത് നിന്നുകൊണ്ട് കണ്ണൻ വലുതാകാൻ തുടങ്ങി. തന്റെ ശരീരം പൊട്ടിത്തകരുമെന്ന് ഭയന്ന് അവൻ തത്ക്ഷണം ചുറ്റഴിച്ചു. പിന്നെ, ഉഗ്രകോപത്തോടെ കാളകൂടവിഷം ഭഗവാന്റെ ദേഹത്തേക്കു ചീറ്റി. എന്നാലോ അതൊന്നും ഏശാത്ത കൃഷ്ണനൻ, ഉടനെ അവന്റെ

ഫണത്തിൽ ചാടിക്കയറി ഓരോ ഫണത്തിൻ മേലും തൃക്കാൽ ചവിട്ടി നൃത്തം ആരംഭിച്ചു. ഓരോ പത്തിയിലും കണ്ണന്റെ കാലുകൾ പതിയുമ്പോൾ കാളിയനു തോന്നിയത് ഓരോ മല വന്നുവീഴുകയാണ് എന്നാണ്. അസ്ഥികൾ ആകെ ഞെരിഞ്ഞു ഒടിയുന്ന പോലെ തോന്നി അവന്.

ഭഗവാന്റെ ആ കാളിയമർദ്ദനം കാണുവാൻ ആകാശത്ത് ദേവതകളും അപ്സരസുകളും ഗന്ധർവന്മാരും എല്ലാം പ്രത്യക്ഷപ്പെട്ടു. സംഗീതവും വാദ്യവും മുഴങ്ങി. ബ്രഹ്മർഷികൾ നാരദാദികൾ എല്ലാവരും ആ നൃത്തം കണ്ടു ഭഗവാനെ വാഴ്ത്തി. ഭഗവാന്റെ കാൽച്ചിലമ്പുകൾ താളത്തിന് കുലുങ്ങി. വളകൾ മണിനാദം മുഴക്കി. തിരുമുടിയിൽ നിന്ന് വെള്ളത്തുള്ളികൾ മുത്തുമണി പോലെ കവിളിൽ കൂടി അടർന്നുവീണുകൊണ്ടിരുന്നു.

കാളിയന്റെ മേലുള്ള മർദ്ദനം തുടരുകയാണ്. കാളിയന്റെ അഹങ്കാരം മുഴുവൻ അടങ്ങി. ശരീരം തളർന്നു, ശ്വാസം നിലച്ചു, കണ്ണുകൾ തുറിച്ചു ചോര ശർദ്ദിക്കാൻ തുടങ്ങി. കാളിന്ദി മുഴുവൻ അവന്റെ രക്തം പടർന്നു. പ്രാണവേദനയോടെ കാളിയൻ വാൽച്ചുഴറ്റി അടിക്കാൻ തുടങ്ങി. അപ്പോഴും കണ്ണൻ നൃത്തം തുടർന്നു.

ഈ സമയം തങ്ങളുടെ ഭർത്താവിന്റെ മരണം ആസന്നമായതായി കണ്ട് കാളിയന്റെ ഭാര്യമാർ തൊഴുകളോടെ കണ്ണന്റെ മുമ്പിൽ അഭയം പ്രാപിച്ചു.

'ഭഗവാനെ കണ്ണാ, അങ്ങ് സാക്ഷാൽ മഹാവിഷ്ണു തന്നെയാണെന്ന് ഞങ്ങൾ വിശ്വസിക്കുന്നു. അങ്ങു ഞങ്ങളെ വിധവകൾ ആക്കരുത്. കൃഷ്ണാ രക്ഷിക്കൂ...'

ഇങ്ങനെ കരഞ്ഞുകൊണ്ട് അവർ ഭഗവാനെ സ്തുതിച്ചു. തന്റെ മസ്തകത്തിൽ നിന്ന് നൃത്തം ചെയ്യുന്ന ഈ കോമള ബാലൻ, സാക്ഷാൽ നാരായണൻ തന്നെയെന്ന് കാളിയനും ജ്ഞാനോദയം ഉണ്ടായി. അതോടുകൂടി തന്റെ ഫണങ്ങളിൽ ചവിട്ടി നൃത്തമാടുന്ന ഭഗവാനോട് അവൻ മാപ്പിരുന്നു. തന്നെ അനുഗ്രഹിക്കണം എന്ന് അപേക്ഷിച്ചു സ്തുതികൾ പാടാൻ തുടങ്ങി.

അവന്റെ അപേക്ഷയും ഭാര്യമാരും കുട്ടികളും കൈകൂപ്പി പ്രാർത്ഥിക്കുന്നതും കണ്ട് ഭഗവാൻ ഫണങ്ങളിൽ നിന്ന് താഴെയിറങ്ങി. ആ സമയം കാളിയൻ കണ്ണനോടു ക്ഷമയാചിച്ചു. കൃഷ്ണൻ ചിരിച്ചുകൊണ്ട് പറഞ്ഞു,

'എന്റെ പാദസ്പർശം ഏറ്റതിനാൽ നിന്റെ പാപങ്ങൾ നശിച്ചിരിക്കുന്നു. ഇനി നീ ഇവിടെ താമസിക്കരുത് കാളിന്ദി ഇന്നുമുതൽ

ഒരു പുണ്യ തീർത്ഥമാണ്. നീയും കുടുംബവും ഇവിടെ നിന്നും ഒഴിഞ്ഞു പോവുക. എന്റെ പാദമുദ്ര നിന്റെ ഫണങ്ങളിൽ പതി ഞ്ഞിട്ടുണ്ട്. അതിനാൽ ഇനി മേലിൽ ഗരുഡൻ നിന്നെ ഉപദ്രവിക്കു കയില്ല.'അങ്ങനെ കാളിയനും കൂട്ടരും ഭഗവാനെ താണുവണങ്ങി അവിടെ നിന്നും യാത്രയായി.

ഇതൊന്നും കൃഷ്ണന്റെ മായയാൽ കരയിൽ നിൽക്കുന്നവർക്ക് മനസ്സിലായില്ല. നേരം ഇരുട്ടുകയാണ്. അപ്പോഴേക്കും കണ്ണൻ ചിരിച്ചുകൊണ്ട് നീന്തി കരയ്ക്ക് വന്നു. യശോദ കണ്ണനെ വാരിയെ ടുത്തു. ജീവൻ തിരിച്ചുകിട്ടിയത് പോലെയുള്ള സന്തോഷത്തിൽ എല്ലാവരും കണ്ണനെ കൈമാറി എടുത്ത് ഉമ്മ വെച്ചുകൊണ്ടിരുന്നു. അങ്ങനെ കാളിയന്റെ അഹങ്കാരം കണ്ണൻ നശിപ്പിച്ചു.

OO

അഞ്ച്
ഗോപസ്ത്രീകളുടെ ചേല കവർന്ന കണ്ണൻ

അമ്പാടിയിലെ യശോദയുടെ പുത്രൻ കണ്ണൻ മഹാ വികൃതിയെന്നറിയാത്തവർ ആരും തന്നെ ഉണ്ടായിരുന്നില്ല വൃന്ദാവനത്തിൽ. ഗോപികമാരുടെ കണ്ണിലുണ്ണിയാണവൻ. കാർവർണൻ അമ്പാടിയിലെ എല്ലാവരുടേയും ഓമനയായിരുന്നു. കുട്ടിക്കാലത്തെ അവന്റെ കുറുമ്പ് എത്ര പറഞ്ഞാലും തീരില്ല. എന്നും ഗോപസ്ത്രീകൾക്കു യശോദയോടു പറയാൻ ഒരു നൂറു കൂട്ടം പരാതികളും ഉണ്ടാകും. കണ്ണനാണ് എല്ലാ കുറുമ്പുകൾക്കും പിന്നിലെന്നും എല്ലാവർക്കും അറിയാം.

ഒരു ദിവസം യശോദ തൈരു കടയുന്ന നേരത്ത് കണ്ണനെ അരികിൽ പിടിച്ചിരുത്തി. കണ്ണു തെറ്റിയാൽ പാഞ്ഞു പോകും. അതു വേണ്ട. ഒരു ദിവസമെങ്കിലും പരാതി കേൾക്കാതിരിക്കണം. തൈരു കടഞ്ഞ് വെണ്ണ പൊന്തി വന്നു. കണ്ണൻ കൈ നീട്ടി. യശോദാമ്മ അവന്റെ കൈയിൽ ഒരു ഉരുള വെണ്ണ, നന്നായി ഉരുട്ടി നൽകി. അവനത് അപ്പോൾത്തന്നെ വായിലിട്ടു വീണ്ടും കൈ നീട്ടി. വീണ്ടും വെണ്ണ നൽകി. അപ്പോഴേക്കും വെണ്ണ കടഞ്ഞു തീർന്നിരുന്നു. അതു കൊണ്ട് യശോദ കടഞ്ഞ വെണ്ണ ഒരു കുടത്തിലാക്കി ഉറിയിൽ കെട്ടിത്തൂക്കി. പിന്നെ മോര് ഒരു വലിയ പാത്രത്തിലേക്ക് ഒഴിച്ച് അടച്ചു വെച്ചിട്ട് പാത്രം കഴുകാനായി പുറത്തേക്കിറങ്ങി. ഈ സമയം, പുറത്തുകൂടി വെണ്ണക്കലവുമായി രണ്ടു മൂന്നു ഗോപസ്ത്രീകൾ നടന്നു പോകുന്നതു കണ്ണൻ കണ്ടു.

അമ്മയുടെ കണ്ണുവെട്ടിച്ചു വേണം പുറത്തു കടക്കാൻ. നോക്കുമ്പോൾ കൂട്ടുകാർ ഓരോരുത്തർ വന്നു ജനാലയ്ക്കൽ തല കാട്ടിത്തുടങ്ങി. കണ്ണൻ അവരോടു മിണ്ടല്ലേ എന്ന് ആംഗ്യം കാട്ടി. എന്നിട്ട് ശബ്ദമുണ്ടാക്കാതെ മെല്ലെ പുറത്തേക്കിറങ്ങി. പിന്നെ കൂട്ടുകാരായ ഗോപകുമാരന്മാർക്കൊപ്പം ഗോപസ്ത്രീകളുടെ വീടു

ലക്ഷ്യമാക്കി വേഗം പാഞ്ഞു. അവർ കാണാതെ ഒളിച്ചിരുപ്പായി. ഗോപസ്ത്രീകൾ തൈർക്കുടങ്ങൾ ഒതുക്കി വെച്ച് വെണ്ണക്കുടങ്ങൾ ഉറിയിൽ കെട്ടിത്തൂക്കി. പിന്നെ ഓരോ പണികൾക്കായി പുറത്തേക്കു പോയി. അവർക്കു നിറയെ ജോലിയുണ്ട്, മേയാൻ പോയ പശുക്കൾ വരുമ്പോഴേക്കും തൊഴുത്തു വൃത്തിയാക്കണം, വീട്ടുകാർക്കു വേണ്ട ഭക്ഷണം തയ്യാറാക്കണം. മഥുരാപുരിയിൽ വെണ്ണയും പാലും മോരും വിൽക്കാൻ പോയ ഭർത്താക്കന്മാർ തിരിച്ചെത്തുമ്പോഴേക്കും ഒക്കെ തയ്യാറാകണം. പെണ്ണുങ്ങൾക്കു തകൃതിയായ പണി തന്നെ. അവരുടെ ശ്രദ്ധ മാറിയപ്പോൾ കുട്ടിക്കൂട്ടം അകത്തു കയറി. കൂട്ടത്തിൽ മുതിർന്നവരുടെ തോളിലേറി കണ്ണൻ ഉറിയിലെ വെണ്ണപ്പാത്രം കൈയെത്തിപ്പിടിച്ചു. പിന്നെ ചാടിയിറങ്ങി എല്ലാവരും കൂടി വെണ്ണ പങ്കിട്ടു കഴിച്ചു. എന്നിട്ട്, കള്ളൻ കയറിയത് വീട്ടുകാർ അറിയണമല്ലോ, അതിന് വെണ്ണക്കലം അതുപോലെ നിലത്തേക്ക് ഒറ്റ ഇടൽ! അതോടെ കലം തവിടുപൊടി. ശബ്ദം കേട്ട് ഗോപസ്ത്രീകൾ എത്തുമ്പോഴേക്കും ബാലകന്മാർ അവിടെ നിന്നും ഓടി രക്ഷപ്പെട്ടു. എന്നാൽ ഇത് എന്നും സാധിക്കില്ലല്ലോ, ഒരു ദിവസം കള്ളനെ അവർ പിടികൂടുക തന്നെ ചെയ്തു. പിടികൂടിയത് കണ്ണനെ. കൂട്ടുകാർ നാലു വഴി ഓടി രക്ഷപ്പെട്ടു. ഗോപസ്ത്രീ കണ്ണുരുട്ടിക്കൊണ്ട് തല്ലാനായി കൈയ്യോങ്ങി. പക്ഷേ, അപ്പോഴതാ കരഞ്ഞുകൊണ്ട് കണ്ണൻ അരുതേ എന്നു പറയുന്നു. എന്തു ചെയ്യും? ഇത്ര കോമളമായ ഒരു മുഖം അവർ അതുവരെ കണ്ടിട്ടില്ല. കണ്ണനെ കണ്ടിരുന്നാൽ മാത്രം മതി. സമയം പോകുന്നതു പോലും അറിയില്ല. അവൾ ആ തുടുത്ത മുഖത്ത് ഉമ്മ കൊടുത്തു. പിന്നെ അടച്ചു സൂക്ഷിച്ച വെണ്ണപാത്രം തുറന്ന് രണ്ടു കൈകളിലും ആവോളം വെണ്ണ കൊടുത്തു. കണ്ണനും വലിയ സന്തോഷമായി. വയറു നിറയെ വെണ്ണയുണ്ടാണ് കണ്ണൻ അവിടെ നിന്നും വീട്ടിലെത്തിയത്.

കണ്ണനെ കണ്ടാൽ ഗോപികമാർ മറ്റെല്ലാം മറക്കുമെന്നായിരിക്കുന്നു. കണ്ണനെ കണ്ടില്ലെങ്കിൽ ആ ദിവസം ആകെ നിരാശയിൽ ആണ്ടിരുന്നവരും കുറവല്ല. എല്ലാവരോടും കണ്ണൻ ഏറെ സ്നേഹത്തോടെയാണ് ഇടപെട്ടിരുന്നത്, എന്നാൽ രാധയോടു മാത്രം കണ്ണന് സ്നേഹക്കൂടുതലാണെന്ന് എല്ലാവരും സമ്മതിക്കുകയും ചെയ്തിരുന്നു. എവിടെ കണ്ണനുണ്ടോ അവിടെ രാധയുമുണ്ട്. രാധക്ക് കണ്ണനെ പിരിഞ്ഞിരിക്കാനാവില്ല, കണ്ണനും അങ്ങനെ തന്നെ. കണ്ണന്റെ വേണുഗാനം കേട്ടാൽ മറ്റെല്ലാം മറന്ന് രാധയെത്തും.

അങ്ങനെയിരിക്കേയാണ് കണ്ണൻ ഒരു കാര്യം ശ്രദ്ധിച്ചത്. എല്ലാ ദിവസവും ഗോപസ്ത്രീകൾ കാളിന്ദിയിൽ കുളിക്കാനിറങ്ങും. മറ്റുള്ളവർ കാണുമെന്ന ശങ്കയേതുമില്ലാതെ എല്ലാ വസ്ത്രങ്ങളും കരയിൽ അഴിച്ചു വെച്ചാണ് ഈ നീരാട്ട്. അതു ശരിയല്ലല്ലോ, കണ്ണൻ അവരെ ഒരു പാഠം പഠിപ്പിക്കാൻ തന്നെ നിശ്ചയിച്ചു. അങ്ങനെ ഗോപസ്ത്രികൾ കുളിക്കാനിറങ്ങിയ നേരത്ത് കണ്ണനും കൂട്ടുകാരും അവരുടെ പിന്നാലെയെത്തി.

പെണ്ണുങ്ങൾ തുണിയൊക്കെ കരയിൽ അഴിച്ചു വെച്ച് കുളിക്കാനിറങ്ങി. അവർ മത്സരിച്ചു നീന്തിത്തുടിച്ചു കുളിക്കുന്നതിനിടയിൽ കണ്ണനും കൂട്ടുകാരും അവരുടെ ചേലകൾ മുഴുവൻ എടുത്ത് തൊട്ടടുത്ത് പടർന്നു പന്തലിച്ചു നിന്നിരുന്ന ആൽമരത്തിൽ കയറി.

പിന്നെ ആലിന്റെ ചില്ലകളിൽ ഓരോരോ ചേലകൾ തൂക്കിയിട്ടു. നീരാട്ടിനിറങ്ങിയ പെണ്ണുങ്ങൾ ഒന്നുമേ അറിഞ്ഞില്ല. കുറച്ചു കഴിഞ്ഞപ്പോൾ കണ്ണൻ ആൽമരത്തിൽ മറഞ്ഞിരുന്ന് വേണു ഊതാൻ തുടങ്ങി. വേണുഗാനം കേട്ട സ്ത്രീകൾ അതു കണ്ണന്റെ മുരളികയിൽ നിന്നാണല്ലോ എന്നു ചിന്തിച്ചു.

അപ്പോഴാണ് അതിലൊരുവൾ കരയ്ക്കു വെച്ച വസ്ത്രങ്ങൾ അവിടില്ല എന്നു കണ്ടത്. അവൾ, 'അയ്യോ നമ്മുടെ തുണികളെവിടെ?' എന്ന് നിലവിളിച്ചു. അപ്പോഴതാ ആലിന്റെ ചില്ലകളിൽ തൂങ്ങുന്ന വസ്ത്രങ്ങൾ മറ്റൊരുവൾ കണ്ടു.

അവൾ വിളിച്ചു കൂകി, 'അതാ, ആലിൻ കൊമ്പിൽ നമ്മുടെ ചേലകൾ.... ഇനി എങ്ങനെ പുറത്തിറങ്ങും? അയ്യോ ഇതാരാണ് ഈ ചതി ചെയ്തത്?'

'ആ കള്ളകൃഷ്ണനാവും, അല്ലാതെ ആരാണ് ഇങ്ങനെ കാട്ടാൻ? അതാ വേണുഗാനം കേട്ടില്ലേ? ഇനി എന്തു ചെയ്യും നമ്മൾ? ആകെ നാണക്കേടായല്ലോ...' എന്നു മറ്റൊരുവൾ.

ഇങ്ങനെ സംസാരം നീണ്ടു പോയപ്പോൾ കണ്ണൻ ഇലകൾക്കിടയിൽ നിന്നും പുറത്തേക്കു മുഖം കാട്ടി. എന്നിട്ടു പറഞ്ഞു, 'പൂർണനഗ്നരായി കുളിക്കുന്നതു തെറ്റെന്നു നിങ്ങൾക്കറിയില്ലേ? അപ്പോൾ നഗ്നരായിത്തന്നെ വീടുകളിലേക്കു മടങ്ങിക്കൊള്ളു...'

അതു കേട്ടു ഗോപസ്ത്രീകൾ കരച്ചിലായി.

ഇനി അങ്ങനെ ചെയ്യില്ലെന്ന് അവർ കരഞ്ഞുപറഞ്ഞു.

അതോടെ അവരുടെ ചേല കൊടുക്കാൻ കണ്ണൻ തയ്യാറായി.

പക്ഷേ, ഒരു നിബന്ധനയുണ്ട്, അവർ വെള്ളത്തിൽ നിന്നും പുറത്തു വന്ന് കൈകൂപ്പി തന്നെ തൊഴണം.

ആദ്യം പെണ്ണുങ്ങൾ അതിനു കൂട്ടാക്കിയില്ല.

പക്ഷേ, വാശി പിടിച്ചിട്ടു കാര്യമില്ല.

കളി കണ്ണനോടു നടക്കില്ല. അവർ ജലത്തിൽ നിന്നും പുറത്തു വന്നു, ഒരു കൈ കൊണ്ട് നാണം മറച്ച്, ഒരു കൈ കൊണ്ട് വണങ്ങി അവർ ചേലകൾ തിരികെത്തരാൻ ആവശ്യപ്പെട്ടു.

എന്നാൽ കണ്ണനത് തീർത്തും അവഗണിച്ചു.

രണ്ടു കൈകളും തലയ്ക്കു മുകളിൽ കൂപ്പിപ്പിടിച്ചു തൊഴാൻ ആവശ്യപ്പെട്ടു. ഗോപസ്ത്രീകൾക്ക് അനുസരിക്കാതെ മാർഗമില്ലായിരുന്നു.

അതോടെ കണ്ണൻ എല്ലാവർക്കും ചേലകൾ തിരികെ നൽകി. നാണക്കേടു കൊണ്ടു തല താഴ്ത്തി ഗോപസ്ത്രീകൾ വീടുകളിലേക്കു മടങ്ങി.

കണ്ണന്റെ കുറുമ്പുകളെക്കുറിച്ച് എണ്ണിയാൽത്തീരാത്ത കഥകളുണ്ട്. നോക്കി നിന്നാൽ ഏതൊരു മനവും ആനന്ദത്താൽ തുടിക്കും. അതാണ് കണ്ണൻ.

അമ്പാടിയിൽ കണ്ണൻ കുറുമ്പനായ ഉണ്ണികൃഷ്ണനായിരുന്നു. യശോദയുടെ ഓമന, നന്ദഗോപരുടെ അഭിമാനം, ബലരാമന്റെ പ്രിയപ്പെട്ട അനുജൻ, രാധയുടെ സ്വന്തം ശ്രീകൃഷ്ണൻ, ഗോപബാലന്മാരുടെ കളിത്തോഴൻ. അങ്ങനെയുള്ള അമ്പാടിക്കണ്ണന്റെ കഥകൾ കേൾക്കുന്നതും ആനന്ദം തന്നെ.

○○

ആറ്
കംസനിഗ്രഹം

അമ്പാടിയിൽ നിന്നും ചാരന്മാർ അറിയിക്കുന്ന കഥകൾ കേട്ട് കംസൻ വല്ലാതെ ഭയന്നു. നന്ദഗോപരുടെ പുത്രനെ കൊല്ലാനയച്ച തന്റെ ശിങ്കിടികളെയെല്ലാം അവൻ കാലപുരിക്ക് അയച്ചുകഴിഞ്ഞു. ഇത് അവൻ തന്നെയാണ്, തന്നെ കൊല്ലാൻ ജനിച്ചവൻ. അവൻ തന്നെ കൊല്ലും മുൻപ് അവനെ കൊല്ലണം. കംസൻ അതിനായി പദ്ധതിയൊരുക്കി. വെറുതേ വിളിച്ചാൽ ആരാണ് കംസനു മുന്നിലേക്കു വരുക? ആരെയെങ്കിലും അയച്ച് ആ കൃഷ്ണനെ കൊല്ലാമെന്നു വെച്ചാൽ ഇനി ആരെ അയച്ചാലും കാര്യമൊന്നുമുണ്ടാകില്ലെന്നും ഉറപ്പാണ്. അവരെ ആ ചെക്കൻ കൊല്ലും. വെറും എട്ടു വയസ്സേ പ്രായമുള്ളൂ, അതുപറഞ്ഞിട്ടു കാര്യമില്ല. ആരൊക്കെയോ അവനെ സഹായിക്കുന്നതാകാനും മതി. എന്നിട്ട് എല്ലാം ആ ദിവ്യബാലനാണ് എന്നു പറഞ്ഞാലും മതിയല്ലോ. ശത്രുക്കൾ അമ്പാടിയിൽ ഒളിഞ്ഞിരുന്ന് തനിക്കെതിരെ യുദ്ധം ചെയ്യുകയാണ്. ദേവന്മാരെ വിശ്വസിക്കാൻ പറ്റില്ല. ഭൂമിയിലെ ശക്തരായ രാജാക്കന്മാരോട് അവർക്ക് അസൂയയാണ്. പൂതനപോലും ചത്തുമലച്ചതു കണ്ടതല്ലേ? എന്തായാലും അവനെ കൊല്ലണം, പിന്നെ ആരെ മുൻനിർത്തി ശത്രുക്കൾ ചതിപ്രയോഗിക്കും എന്നു കാണാമല്ലോ. അപ്പോൾ സ്വമേധയാ അവനെ തന്റെ മുന്നിൽ കിട്ടണം. അതിനൊരു ചതിപ്രയോഗം വേണം. കംസൻ പരിവാരങ്ങളോട് കൂടിയാലോചിച്ചു. പിന്നെ തീരുമാനമെടുത്തു.

അങ്ങനെ, കംസൻ തന്റെ കൊട്ടാരത്തിൽ ഒരു വലിയ ചാപപൂജ നടത്താൻ നിശ്ചയിച്ചു. എല്ലാ സാമന്തന്മാരേയും ക്ഷണിച്ചു. ഒപ്പം അമ്പാടിയിലെ കണ്ണനേയും ബലരാമനേയും കംസൻ പ്രത്യേകം ക്ഷണിച്ചു.

അക്രൂരനെന്ന തന്റെ ബന്ധുവിനെ വിളിച്ചുവരുത്തി, തേരും നൽ

കി അമ്പാടിയിലേക്ക് സന്ദേശവും കൊടുത്തയച്ചു.

കംസന്റെ സന്ദേശവുമായിപ്പോകുന്ന അക്രൂരന് അറിയാമായിരുന്നു ഇതൊരു ചതിപ്രയോഗമാണെന്ന്. അക്രൂരനൊരു വിഷ്ണുഭക്തനാണ്. ദേവകിയുടെ വിവാഹസമയത്തെ അശരീരിയെക്കുറിച്ച് അയാൾക്കും അറിവുണ്ട്. മഥുരയിൽ അക്രൂരനെപ്പോലെ നിരവധി മനുഷ്യർ കാത്തിരിക്കുകയാണ് കംസൻ കൊല്ലപ്പെടുന്നതു കാണാൻ. അത്രയേറെ പൊറുതിമുട്ടിയിരിക്കുന്നു അവരും. അക്രൂരനു നല്ല ഭയമുണ്ട്, ഉറപ്പായും അമ്പാടിയിലെ നന്ദഗോപരുടെ പുത്രൻ കംസന്റെ മുന്നിൽപ്പെട്ടാൽ പിന്നെ പറയാനില്ല. കൊച്ചു കുട്ടിയാണവൻ. ഇത്രവലിയ രാക്ഷസനു മുന്നിൽ ആ കുഞ്ഞ് എന്തു ചെയ്യും? അതിനു താൻ തന്നെ നിമിത്തമാകുന്നല്ലോ ഭഗവാനേ, എന്നൊക്കെ ചിന്തിച്ച്, കംസനെ അനുസരിക്കാതിരുന്നാൽ അയാൾ തന്നെ വധിക്കുമല്ലോ എന്നു ഭയന്ന്, അക്രൂരൻ തേരിൽ വൃന്ദാവനത്തിലേക്കു യാത്രയായി.

തേര് അമ്പാടിയിലെത്തി. നേരം സന്ധ്യയാകുന്നു. നന്ദഗോപരുടെ വീട്ടിൽ നിന്നും അല്പം മാറി തേരു നിർത്തി, അക്രൂരൻ മെല്ലെ നടന്നു. ഈ സമയം, കുളി കഴിഞ്ഞു മഞ്ഞപ്പട്ടുടുത്ത് കൃഷ്ണനനും നീലപ്പട്ടുടുത്തു ബലരാമനും നിൽക്കുന്നത് അദ്ദേഹം കണ്ടു. കൂപ്പുകൈകളോടെ അക്രൂരൻ അവർക്കു മുന്നിലെത്തി. സന്തോഷത്തോടെ ആ കുട്ടികൾ അദ്ദേഹത്തെ കൈപിടിച്ച് അകത്തേക്കു കൂട്ടിക്കൊണ്ടുപോയി ഇരിക്കാൻ പറഞ്ഞു, കുടിക്കാൻ ചൂടുപാലും കഴിക്കാൻ മധുരവും നൽകി. ആരെങ്കിലും തേരിൽ ആ ഇടയ ഗ്രാമത്തിലേക്കു വരുകയെന്നാൽ അതു മഥുര രാജധാനിയിൽ നിന്നു തന്നെയാണ്, ഉറപ്പാണത്. അവരെ വേണ്ടവിധം സ്വീകരിച്ച് ഉപചരിക്കണം. അതൊക്കെ അമ്പാടിയിലെ കുട്ടികൾക്കു പോലും അറിയാം.

അപ്പോഴേക്കും നന്ദഗോപരും അവിടെ എത്തി. നന്ദഗോപർ ആഗതനോടു ചോദിച്ചു, 'അങ്ങ് എപ്പോഴാണ് എത്തിയത്? ഇത് അത്ഭുതമാണ്, അതിലേറെ സന്തോഷവും. അങ്ങയ്ക്കും കംസരാജാവിനും വസുദേവർക്കും പത്നിമാർക്കും സൗഖ്യമല്ലേ?'

അക്രൂരൻ കാര്യങ്ങൾ വിശദമായി അവതരിപ്പിച്ചു. അദ്ദേഹം പറഞ്ഞു, 'ഞാൻ വന്നത് കംസരാജാവിന്റെ ദൂതനായിട്ടാണ്, മഹാരാജാവ് ഒരു ചാപപൂജ നടത്താൻ തീരുമാനിച്ചിരിക്കുന്നു. അതിൽ പങ്കെടുക്കാൻ ബന്ധുക്കളെയും സ്നേഹിതരെയും ക്ഷണിക്കുകയാണ്. മാത്രവുമല്ല, നന്ദഗോപർ, വസുദേവരുടെ അമ്മാവന്റെ പുത്രൻ

ആണല്ലോ. അതുപോലെ നന്ദഗോപരുടെ പുത്രനെക്കുറിച്ച് ധാരാളം കഥകൾ മഥുരയിൽ പാടിക്കേൾക്കുന്നുണ്ട്. ചാപപൂജയിൽവീരന്മാരായ കൃഷ്ണനും ബലരാമനും പ്രത്യേക ക്ഷണമുണ്ട്. അതുകൊണ്ട് നാളെത്തന്നെ എല്ലാവരും മഥുരയിൽ എത്തിച്ചേരേണ്ടതുണ്ട്.'

ഇതുകേട്ട നന്ദഗോപർക്ക് അഭിമാനവും സന്തോഷവും തോന്നി.

കംസൻ യാഗത്തിന് ക്ഷണിച്ചത് നന്ദഗോപർ ഒരു ബഹുമതിയായിക്കരുതി. അക്രൂരർക്കു വിശ്രമിക്കാൻ വേണ്ട സ്ഥലം ഒരുക്കിയശേഷം, നന്ദഗോപർ യാത്രയ്ക്ക് വേണ്ട തയ്യാറെടുപ്പ് നടത്തി. എന്നാൽ ഈ സമയത്ത് കൃഷ്ണൻ രഹസ്യമായി അക്രൂരനോടു തങ്ങളെ പ്രത്യേകമായി ക്ഷണിക്കാൻ എന്താണ് കാരണം എന്നു ചോദിച്ചു.

അക്രൂരൻ കാര്യം തുറന്നു പറഞ്ഞു, 'ഞാൻ പറയാം, അങ്ങയുടെ യഥാർത്ഥ അച്ഛൻ വസുദേവർ കംസന്റെ കാരാഗ്രഹത്തിൽ കിടന്ന് നരകയാതന അനുഭവിക്കുകയാണ്. നന്ദഗോപർ അങ്ങയുടെ വളർത്തച്ഛനാണ്. വസുദേവർ ദേവകിയെ വിവാഹം ചെയ്ത അന്ന്, ദേവകി പ്രസവിക്കുന്ന എട്ടാമത്തെ പുത്രൻ കംസനെ വധിക്കും എന്നൊരു അശരീരി ഉണ്ടായി. ദേവകി പെറ്റ കുഞ്ഞുങ്ങളെയൊക്കെ ആ ദുഷ്ടൻ കൊന്നു. എട്ടാമത്തെ പുത്രനു പകരം പുത്രിയാണ് ജനിച്ചത്. എന്നാൽ ആ കുഞ്ഞിനെ കൊല്ലാൻ കംസനു കഴിഞ്ഞില്ല, അതു മഹാമായ ആയിരുന്നു. ദേവി അവനോടു പറഞ്ഞു, കംസനെ വധിക്കാനുള്ളവൻ അമ്പാടിയിൽ ജനിച്ചിട്ടുണ്ട് എന്ന്. അന്നു മുതൽ അമ്പാടിയിൽ ജനിച്ച എത്ര കുഞ്ഞുങ്ങളെ അവൻ കൊന്നു. ഇപ്പോൾ അവനറിയാം ആ കുഞ്ഞ് അങ്ങാണെന്ന്. അങ്ങയെ കൊല്ലാൻ ആ നീചൻ അവസരം നോക്കിയിരിക്കുകയാണ്. അതിനു വേണ്ടിയാണ്, കൊല്ലാൻ വേണ്ടിയാണ് ഈ യാഗത്തിന് ക്ഷണിച്ചിട്ടുള്ളത്. യാഗശാലയുടെ മുമ്പിൽ കുവലയപീഠം എന്ന ആനയെയും മല്ലയുദ്ധം ചെയ്യാൻ മുഷ്ടിക ചാണ്ഡൂരന്മാരെയും ഏർപ്പാട് ചെയ്തിട്ടുണ്ട്. അവന്റെ ചതി ഞാൻ അങ്ങയെ അറിയിക്കാതിരിക്കാൻ എനിക്കു സാധിക്കുന്നില്ല.'

അങ്ങനെഎല്ലാ കഥകളും അക്രൂരൻ കൃഷ്ണനെ പറഞ്ഞു കേൾപ്പിച്ചു. ഇത് കേട്ടിട്ട് കൃഷ്ണനു ചിരി വന്നു. കൃഷ്ണൻ പറഞ്ഞു, 'ഞങ്ങൾ ഏതായാലും വരും. ഞങ്ങൾക്ക് ആ യാഗം കാണണം, കൂടാതെ കാരാഗൃഹത്തിൽ കിടക്കുന്ന ഞങ്ങളുടെ അച്ഛനമ്മമാരെ രക്ഷിക്കണം.'

അതിരാവിലെ തന്നെ പോകാനായി കൃഷ്ണനനും രാമനും തയ്യാറായി. യശോദ രണ്ടുപേരെയും കെട്ടിപ്പിടിച്ച് ഉമ്മവെച്ചു. അക്രൂരനോട് കുട്ടികളെ പ്രത്യേകം നോക്കണമെന്ന് പറഞ്ഞേൽപ്പിച്ചു. ഉച്ചയോടെ അവർ കംസന്റെ ഉദ്യാനത്തിൽ എത്തി.

കൃഷ്ണനൻ പറഞ്ഞു, 'ഞങ്ങളുടെ ആഗമനം വേഗം തന്നെ കംസനമ്മാവനെ അറിയിക്കുക.'

വൈകുന്നേരമായപ്പോൾ രാമകൃഷ്ണന്മാർ നന്ദഗോപരുടെ കൂടെ മഥുരാപുരിയുടെ വിശേഷങ്ങൾ കാണുവാൻ ചുറ്റി നടന്നു. കൂടെ ഏതാനും ഗോപന്മാരും ഉണ്ടായിരുന്നു. നഗരപ്രാന്തത്തിൽ രാമകൃഷ്ണൻമാർ വന്നിട്ടുണ്ടെന്ന് അറിഞ്ഞതോടെ മട്ടുപ്പാവിൽ ജനങ്ങൾ പ്രത്യേകിച്ച് സ്ത്രീജനങ്ങൾ തടിച്ചുകൂടി. അപ്പോൾ ഒരു രജകൻ കൊട്ടാരത്തിലേക്കുള്ള വസ്ത്രങ്ങളുമായി പോകുന്നത് കണ്ട് കൃഷ്ണനൻ അവനെ വിളിച്ചിട്ട് ഞങ്ങൾക്ക് ഉടുക്കാൻ ഓരോ നല്ല മുണ്ട് തരാമോ എന്ന് ചോദിച്ചു. അവൻ കംസന്റെ പ്രിയപ്പെട്ടവനായിരുന്നു.

അവൻ അഹങ്കാരത്തോടെ ആക്രോശിച്ചു, 'മരിക്കാതിരിക്കണമെങ്കിൽ ദൂരെ പോ. കന്നാലികളെ മേച്ചു നടക്കുന്ന നിങ്ങൾക്ക് മഹാരാജാവിന്റെ വസ്ത്രം വേണമെന്നോ?'

കൃഷ്ണനൻ ഒന്നും നോക്കിയില്ല, നേരെ മുന്നോട്ട് വന്ന് അവന്റെ തലയ്ക്കിട്ടു നല്ല അടി വെച്ചുകൊടുത്തു. അവൻ തല പിളർന്ന് അവിടെ മരിച്ചുവീണു. അതിനുശേഷം അവന്റെ ഭാണ്ഡത്തിൽ നിന്ന് നല്ല വസ്ത്രങ്ങൾ കൃഷ്ണനൻ കൂട്ടുകാർക്ക് എടുത്തുകൊടുത്തു. അതിൽ നിന്നും നീല വസ്ത്രം ബലരാമനും മഞ്ഞപ്പട്ട് കൃഷ്ണനും ധരിച്ചു.

കംസന്റെ ദേഹത്തു സുഗന്ധം പരത്താൻ വേണ്ട സുഗന്ധമുള്ള കുറിക്കൂട്ടുകൾ തയ്യാറാക്കുന്ന മുതുകിൽ കൂനുള്ള വിരൂപയായ കുബ്ജ എന്ന സ്ത്രീ കൃഷ്ണനനെക്കാണാൻ വഴിയരികിൽ കാത്തുനൽപ്പുണ്ടായിരുന്നു. പറഞ്ഞു കേട്ട കഥകളിൽ നിന്നും അവളുടെ മനസ്സിൽ കൃഷ്ണന്റെ സുന്ദരരൂപം ഇടം പിടിച്ചിരുന്നു. ഒന്നു കണ്ടാൽ മതി കൃഷ്ണനനെ അവർക്ക്. ആൾക്കൂട്ടത്തിനിടയിൽ സുഗന്ധമേറിയ കുറിക്കൂട്ടുമായി അവൾ കാത്തു നിന്നു. ഏതായാലും കൃഷ്ണനൻ അവളെ കണ്ടു. അവൾ ആ ഗോപാലനും കൂട്ടർക്കും അതിവിശിഷ്ടമായ കുറിക്കൂട്ട് ശരീരത്തിൽ പുരട്ടിക്കൊടുത്തു. അവൾ കൃഷ്ണനനെ കണ്ട ആഹ്ലാദത്തിലായിരുന്നു. കൃഷ്ണനൻ അവളെ ഏറെ പ്രേമത്തോടെ തൊട്ടു. അതോടെ വൈരൂപ്യം

ഒക്കെ മാറി, അവളൊരു സുന്ദരിയായി മാറി.

രജകന്റെ മരണവും, കുബ്ജയുടെ മാറ്റവും കംസന്റെ ചെവിയിലും എത്തി.

'ഇതവൻ തന്നെ.' കംസൻ ഉറപ്പിച്ചു.

കൃഷ്ണനും ബലരാമനും അടങ്ങുന്ന സംഘത്തെക്കാണാൻ നഗരത്തിൽ തിരക്കു വർദ്ധിച്ചു. വീട്ടിനുള്ളിൽ നിന്നും സ്ത്രീകൾ ഓടിക്കിതച്ചെത്തി അവനെ ഒരു നോക്കു കാണാൻ. ചിലർ കുഞ്ഞിനു മുലകൊടുക്കുന്നിടത്തു നിന്ന്, ചിലർ അടുക്കളത്തിരക്കിൽ നിന്ന്, ഇനിയും ചിലർ കുളിക്കടവിൽ നിന്നും. ഇത്ര കോമളമായ മുഖം അവർ കണ്ടിട്ടില്ല ഇതുവരെ. ചിലർ പറഞ്ഞു, 'നീയെന്റെ വയറ്റിൽ ജനിച്ചില്ലല്ലോ കൃഷ്ണാ...' എന്ന്.

ഒടുവിൽ രാമകൃഷ്ണന്മാർ യാഗശാലയുടെ അടുത്തെത്തി. കാവൽക്കാരോട് അനുവാദം ചോദിക്കാൻ കാത്തു നിൽക്കാതെ ബലരാമനും കൃഷ്ണനും നേരെ യാഗശാലയിൽ പ്രവേശിച്ചു. കൃഷ്ണൻ മുന്നോട്ടു ചെന്ന് യജ്ഞവേദിയിൽ അലങ്കരിച്ചു വെച്ചിരുന്ന ആ വലിയ വില്ല്, ഇടതു കൈകൊണ്ട് നിഷ്പ്രയാസം പൊക്കി കുലച്ചു. ഒരു ഈറത്തണ്ട് ഒടിയുന്ന പോലെ ആ വില്ല് രണ്ടായി മുറിഞ്ഞു. ആ ഭയങ്കര നാദം കേട്ട് മാളിക മുകളിൽ ഇരുന്ന കംസൻ ഞെട്ടി വിറച്ചു. ഭടന്മാർ ബാലനെ പിടിച്ചു കെട്ടാനായി ഓടിയടുത്തു. ധിക്കാരത്തോടെ ഓടിവന്ന ഭടന്മാരെ ഒടിഞ്ഞ വില്ലിന്റെ കഷ്ണം കൊണ്ടവൻ അടിച്ചു കൊന്നു.

എല്ലാം അറിഞ്ഞ് കംസൻ ആകെ പരിഭ്രാന്തനായി.

പിറ്റേന്ന് കുംഭ മാസത്തിലെ മഹാശിവരാത്രി ആയിരുന്നു.

എഴുന്നേറ്റപ്പോൾ തന്നെ ഒരുപാട് ദുർനിമിത്തങ്ങൾ കംസൻ കണ്ടു. എന്നിട്ടും അന്നുതന്നെ കൃഷ്ണനെ വധിക്കണമെന്ന് കംസൻ തീരുമാനിച്ചു.

രാവിലെ തന്നെ യാഗകർമ്മങ്ങൾ ആരംഭിക്കാൻ തുടങ്ങി ക്ഷണിക്കപ്പെട്ടവർ എല്ലാവരും യാഗശാലയിൽ എത്തിക്കഴിഞ്ഞു. കംസൻ മണിമാളികയുടെ മട്ടുപ്പാവിൽ മനോഹരമായ സ്വർണ്ണ സിംഹാസനത്തിൽ എഴുന്നെള്ളിയിരുന്നു..

കംസൻ തന്റെ അച്ഛനായ ഉഗ്രസേനനേയോ, വസുദേവന്റെ അച്ഛനായ ശൂരസേനനേയോ, ഭക്തനായ ഉദ്ധവരേയോ, ഒന്നും സദസ്സിലേക്ക് ക്ഷണിച്ചില്ല.

അവരൊക്കെ തന്റെ ശത്രുക്കളാണ് എന്നാണ് കംസന്റെ പക്ഷം.

യജ്ഞശാലയിൽ വിനോദത്തിനായുള്ള മല്ലയുദ്ധം തുടങ്ങി.

രാമകൃഷ്ണന്മാർ അവിടെ നിന്നുള്ള ആരവം കേട്ട് മല്ലയുദ്ധം കാണാനായി പുറപ്പെട്ടു. യജ്ഞശാലയിലേക്കുള്ള വഴിയിൽ കംസൻ കുവലയപീഠം എന്ന ഉഗ്രനായ മദയാനയെ നിർത്തിയിരുന്നു. അതു പോലൊരു ക്രൂരനായ ആന വേറെ ഉണ്ടാവില്ല. മുന്നിൽ ചെന്നു പെട്ടാൽ തുമ്പിക്കൈ കൊണ്ട് ചുഴറ്റി ആകാശത്തേക്ക് ഉയർത്തി, നിലത്തേക്ക് ഒറ്റയടിയാണ്. അതോടെ തീർന്നു. കംസന്റെ പ്രിയപ്പെട്ട ആനയ്ക്ക് ശത്രുക്കളെ കൊല്ലാൻ പ്രത്യേകം പരിശീലനം കിട്ടിയിരുന്നു. ഒരു കുഞ്ഞിനെക്കൊല്ലാൻ മദയാന!

വഴിയിൽ കുവലയപീഠത്തെക്കണ്ട കൃഷ്ണൻ ആനക്കാരനെ വിളിച്ച് ആനയെ മാറ്റിക്കെട്ടുവാൻ പറഞ്ഞു. ഈ സമയം പാപ്പാൻ, കൃഷ്ണനെ കുത്തിക്കൊല്ലുവാൻ ആനയ്ക്കു നിർദ്ദേശം കൊടുത്തു. അതു മസ്തകവും കുലുക്കി അലറിക്കൊണ്ട് കൃഷ്ണന്റെ അടുത്തേക്ക് ഓടിവന്നു. ആന മദിച്ചു വരുന്നതു കണ്ട് ആളുകൾ അലറി വിളിച്ചുകൊണ്ടു നാലു ഭാഗത്തേക്കും ഓടി. ഗജവീരൻ അടുത്തെത്തിയതും കൃഷ്ണൻ നിലത്തുനിന്നും ചാടി ഉയർന്ന് കൊച്ചുകൈ കൊണ്ട് അതിന്റെ മസ്തകത്തിൻമേൽ ഒരിടി കൊടുത്തു. ആന ആദ്യമായിക്കിട്ടിയ ആ ഒറ്റ ഇടിയിൽത്തന്നെ ആടി ഉലഞ്ഞു. ഈ നേരം കൊണ്ടു കൃഷ്ണൻ കാലുകളുടെ ഇടയിൽക്കൂടി കടന്ന് അതിന്റെ വാലിന്മേൽ കടന്നുപിടിച്ചു പുറകോട്ടു വലിച്ചു. ക്രൂരനായ ആന കൃഷ്ണനെ തട്ടി നിലത്തിട്ടു കൊമ്പുകൊണ്ട് കുത്താൻ നോക്കി. കുത്തുന്നത് ശരീരത്ത് കൊള്ളാതെ കൃഷ്ണൻ ഉരുണ്ടു മാറിക്കൊണ്ടിരുന്നു. ആകെ ബഹളമായി. ഉടനെ കൃഷ്ണൻ എഴുന്നേറ്റ് ആ ആനയുടെ മസ്തകത്തിൽ തുരുതുരെ ഇടിക്കാൻ തുടങ്ങി. പ്രഹരങ്ങളേറ്റ കരിവീരൻ അവശനായി. ആ സമയം അവന്റെ കൊമ്പുകൾ രണ്ടും ചവിട്ടി പറിച്ചെടുത്തു. അതോടെ കുവലയപീഠത്തിന്റെ കഥ കഴിഞ്ഞു. തന്നെ കുത്തുവാൻ നിയോഗിച്ച പാപ്പാനെയും ഭഗവാൻ വെറുതെ വിട്ടില്ല. അവന്റേയും കഥ കഴിച്ചു. രാമകൃഷ്ണന്മാർ ഓരോ കൊമ്പും എടുത്ത് തോളിൽ വെച്ച് മെല്ലെ യുദ്ധം നടക്കുന്നിടത്തേക്കു നീങ്ങി.

ആനക്കൊമ്പും എടുത്ത് അതു തോളിൽ വെച്ചുള്ള ആ ബാലകമാരുടെ വരവുകണ്ട മല്ലന്മാർ ഭയന്നു വിറച്ചു. കാണികൾ ഉറപ്പിച്ചു ഇത് സാക്ഷാൽ ഉണ്ണികൃഷ്ണൻ തന്നെ. വസുദേവരുടെയും ദേവകിയുടെയും പുത്രൻ തന്നെ. മല്ലന്മാർ രാമകൃഷ്ണന്മാരെ യുദ്ധത്തിന് ക്ഷണിച്ചു. രാമനുമായി മുഷ്ടികനും കൃഷ്ണനുമായി ചാണൂരനും യുദ്ധം തുടങ്ങി. പരസ്പരം പ്രഹരിക്കുന്ന ശബ്ദം അത്യുഗ്ര

മായിരുന്നു. ഈ കൊച്ചു കുട്ടികളെ കൊണ്ട് ഈ ഘോരമല്ലാന്മാരു മായി യുദ്ധം ചെയ്യിക്കുന്നത് ശരിയാണോ?

എന്തൊരു പാപം!

എന്നു കാണികൾ കംസനെ കുറ്റപ്പെടുത്തി.

ബലരാമന്റെ പ്രഹരമേറ്റ മുഷ്ടികന്റെ അസ്ഥികൾ മുഴുവൻ തകർന്നു. കൃഷ്ണന്റെ താഡനമേറ്റ ചാണൂരകന്റെ നവദ്വാരങ്ങളിൽക്കൂടിയും രക്തമൊഴുകാൻ തുടങ്ങി. അവന്റെ അലർച്ച കേട്ട് കംസൻ കരുതി ബലരാമനും കൃഷ്ണനും കൊല്ലപ്പെട്ടുവെന്ന്.

വിജയാഹ്ലാദമാണെന്ന് കരുതി അവർക്കു സമ്മാനിക്കാൻ സമ്മാനപ്പൊതികൾ എടുത്തുവെച്ചു. എന്നാൽ ഈ സമയം അവശനായി നിലംപതിച്ച ചാണൂരനെ കാലുകൾ കൂട്ടിപ്പിടിച്ച് ചുഴറ്റിയടിച്ച് കാലപുരിക്കയച്ചു. മുഷ്ടികനെ രാമൻ കാലുകൊണ്ട് ഒന്നു തട്ടി അതോടെ അവന്റെ ഞരക്കം അവസാനിച്ച് പ്രാണനും പോയി. ഇത് കണ്ടു ഭയപ്പെട്ട മറ്റു മല്ലന്മാർ അവിടെനിന്നും ഓടി രക്ഷപ്പെട്ടു. ചെറിയ കുട്ടികളുടെ വിജയം കണ്ട് കാണികൾ വിജയാഘോഷം മുഴക്കി.

കംസൻ വാർത്ത അറിഞ്ഞു.

അവൻ നടുങ്ങിപ്പോയി.

കംസൻ വേഗം മേളങ്ങൾ അവസാനിപ്പിക്കാൻ കൽപ്പിച്ചു. രാമകൃഷ്ണന്മാർ ഓടിപ്പോകാതിരിക്കാൻ സൈന്യത്തെ കാവൽനിർത്തി. നന്ദഗോപരെയും കൂട്ടരേയും ചങ്ങലയ്ക്കിടുവാനും വസുദേവരുടെ കഴുത്തറക്കാനും ഉഗ്രസേനനെ കാളിന്ദിയിൽ കെട്ടിത്താഴ്ത്താനും ഉത്തരവിട്ടു. കൂടാതെ അമ്പാടിയിലെ സ്വത്ത് മുഴുവൻ കണ്ടു കെട്ടാനും ആജ്ഞാപിച്ചു. ഈ ഗർവോടുകൂടിയ കൽപ്പന കേട്ടപ്പോൾ കൃഷ്ണൻ കോപത്തോടെ കംസനിരിക്കുന്ന മാളികയിലേക്ക് ഒറ്റച്ചാട്ടത്തിനു മലക്കം മറിഞ്ഞു ചാടിക്കയറി.

കണ്ണനെ കണ്ട് മഞ്ചത്തിൽ നിന്നും ചാടി ഇറങ്ങി കൊല്ലാനായി വാളെടുത്ത കംസന്റെ കൈയിൽ നിന്നും കൃഷ്ണൻ ആ വാൾ തട്ടിത്തെറിപ്പിച്ചു.

കംസന്റെ മുടി കൂട്ടിപ്പിടിച്ച് വലിച്ച് ഊക്കോടെ തള്ളി താഴെയിട്ടു. അവൻ എഴുന്നേൽക്കുന്നതിനു മുൻപ് അവന്റെ മാറിൽ ചാടി വീണ് അവിടെ ഇരുന്ന് അവന്റെ കഴുത്ത് കുത്തിപ്പിടിച്ച് ശ്വാസം മുട്ടിച്ചു.

അതോടെ അവന്റെയും കഥ കഴിഞ്ഞു.

കംസന്റെ കഥ കഴിഞ്ഞെന്ന വാർത്ത പുറത്തുവന്നതോടെ അവ

ന്റെ ശിങ്കിടികൾ രാജകൊട്ടാരത്തിൽ നിന്നും ഓടി രക്ഷപ്പെട്ടു.

സ്വന്തം മകനായ കംസൻ തടവിലിട്ടിരുന്ന ഉഗ്രസേന മഹാരാജാവിനു കൃഷ്ണൻ മഥുരയുടെ ഭരണം തിരികെ ഏൽപ്പിച്ചു. പിന്നെ സ്വന്തം അച്ഛനേയും പെറ്റമ്മയേയും കാണാനായി അവർ കിടക്കുന്ന തടവറയിലേക്ക് ഓടിച്ചെന്നു.

പെറ്റിട്ടപ്പോൾ ഒരു നോക്കു കണ്ടതാണമ്മ തന്റെ ഓമന പുത്രനെ. ചങ്ങലക്കെട്ടിൽ നിന്നും പുറത്തുവന്നതോടെ അമ്മയെ കണ്ണൻ കെട്ടിപ്പിടിച്ചു.

അതു കണ്ടുനിന്ന ഓരോത്തരുടേയും കണ്ണിൽ ആനന്ദക്കണ്ണീർ പൊടിഞ്ഞു.

○○

ഏഴ്
ജരാസന്ധന്റെ കഥ

ജരാസന്ധൻ മഗധയുടെ രാജാവായിരുന്നു. മഹാപരാക്രമിയായിരുന്നു അയാൾ. രാജ്യങ്ങൾ ആക്രമിച്ചു കീഴടക്കി, അവിടുത്തെ സ്ത്രീകളെ സ്വന്തം രാജധാനിയിൽ തടവിലാക്കുകയും രാജാക്കന്മാരെ വധിക്കുകയും ചെയ്തിരുന്നു അയാൾ. അതുകൊണ്ടു തന്നെ എല്ലാവർക്കും ഒരു പേടിസ്വപ്നമായിരുന്നു ജരാസന്ധൻ. ജരാസന്ധന്റെ പുത്രിമാരായ അസ്തി, പ്രാപ്തി എന്നിവരായിരുന്നു കംസന്റെ ഭാര്യമാർ. കംസനെ കൃഷ്ണൻ വധിച്ചുവെന്ന വാർത്ത ജരാസന്ധന്റെ ചെവിയിലുമെത്തി. ജരാസന്ധന് അതുകേട്ട് അത്ഭുതം തോന്നി. പതിനായിരം ഗജവീരന്മാരുടെ ബലമുള്ള കംസനെ ഒരു യാദവബാലൻ കഴുത്തുഞെരിച്ച് കൊന്നു എന്നത് വലിയ അതിശയമായിത്തോന്നി ജരാസന്ധന്. ആരുമാകട്ടെ, സ്വന്തം മക്കളുടെ ഭർത്താവാണ് കൊല്ലപ്പെട്ടിരിക്കുന്നത്.

അയാൾ പ്രതികാരം ചെയ്യാൻ നിശ്ചയിച്ചു.

കംസവധത്തിനു ശേഷം ഉഗ്രസേന മഹാരാജാവ് രാജ്യാധികാരം വീണ്ടെടുത്ത് ഐശ്വര്യത്തോടെ മഥുരാപുരി ഭരിക്കാൻ തുടങ്ങിയിരുന്നു അക്കാലത്ത്. കംസനെ ഭയന്ന് അന്യസ്ഥലങ്ങളിൽ അഭയം തേടിയിരുന്ന യാദവന്മാർ മഥുരാപുരിയിലേക്കു തിരിച്ചുവന്നു. ഈ സമയം, ഒരു ആക്രമണം കൊണ്ട് മഥുരാപുരി പിടിച്ചടക്കി കംസന്റെ പുത്രന്മാർക്ക് രാജ്യഭരണം നൽകണമെന്ന് ജരാസന്ധൻ തീരുമാനിച്ചു. അതിനുള്ള ഒരുക്കങ്ങൾ തുടങ്ങി. സഹായത്തിനായി പ്രബല രാജാക്കന്മാരായ സ്വാലൻ, കലിംഗൻ, രുക്മി, ദ്രുപദൻ, ജയദ്രഥൻ, ശകുനി മുതലായവരുമായൊക്കെയുമായി സഖ്യത്തിലേർപ്പെട്ടു.

ജരാസന്ധൻ മഥുര ആക്രമിക്കുമെന്ന് കൃഷ്ണനും ഉറപ്പിച്ചു. കൃഷ്ണന്റെ വിശ്വാസം ശരിയായിരുന്നു. അസംഖ്യം ചതുരംഗസേ

നകളോടും ഇരുപത്തിമൂന്ന് അക്ഷടൗണിപടകളോടും കൂടി ശത്രുക്കൾ മഥുരാപുരിയെ നാലു ഭാഗത്തുനിന്നും വളഞ്ഞു. യാദവർ പരിഭ്രാന്തരായി. കൃഷ്ണൻ അവരെ സമാധാനിപ്പിച്ച് ശത്രുക്കളെ നേരിടാൻ തയ്യാറായി. വിശിഷ്ടമായ തേര്, സുദർശനചക്രം, കൗമോദകി എന്ന ഗദ, അമ്പ്, വില്ല്, അസ്ത്രമൊടുങ്ങാത്ത ആവനാഴി, അങ്ങിനെ എല്ലാ ആയുധങ്ങളുമായി കൃഷണനനും ബലരാമനും ആയുധധാരികളായി യുദ്ധത്തിനു തയ്യാറായി. യുദ്ധനിപുണന്മാരായ സാത്യകി, ഉദ്ധവർ, പ്രസേനൻ, കൃതവർമ്മാവ്, അക്രൂരൻ എന്നിവരുടെ നേതൃത്വത്തിൽ യാദവസൈന്യം മഥുരാപുരിയുടെ നാലുഗോപുരങ്ങളിലും അണിനിരന്നു.

കൃഷ്ണനാവട്ടെ നാലു ഗോപുരദ്വാരങ്ങളിലും ഒരേസമയം പ്രത്യക്ഷപ്പെട്ടു. എല്ലാ ഗോപുരദ്വാരങ്ങളിലും കൃഷ്ണനെക്കണ്ട് ശത്രുക്കൾ അമ്പരന്നു. പശ്ചിമഗോപുര ദ്വാരത്തിൽ വെച്ച് മാധവൻ ജരാസന്ധനുമായി എതിരിട്ടു.

'എടാ, കുട്ടിത്തം മാറാത്ത നിന്നോടു യുദ്ധം ചെയ്യാൻ എനിക്ക് ലജ്ജ തോന്നുന്നു. നീയും ഞാനും ജോഡി അല്ല.' ജരാസന്ധൻ അലറി. അപ്പോൾ ബലരാമൻ മുന്നോട്ടുവന്നു. അതിനിടയിൽ കൃഷ്ണൻ നാലു ഗോപുരങ്ങളിലും നിന്ന് അതിശക്തമായി യുദ്ധം ചെയ്ത് ആയിരക്കണക്കിന് ശത്രുക്കളെ കൊന്നു തള്ളിക്കൊണ്ടിരുന്നു.

ജരാസന്ധനും ബലരാമനും തമ്മിലായി യുദ്ധം. അതിനിടയിൽ രാമൻ ജരാസന്ധന്റെ ഗദയും രഥവും തകർത്തു. ജരാസന്ധനോ മറ്റൊരു തേരിൽ ചാടിക്കയറി ബാണപ്രയോഗം തുടങ്ങി. ക്രുദ്ധനായ ബലരാമൻ ജരാസന്ധന്റ തേര് തല്ലിപ്പൊളിച്ച് അവനെ വലിച്ച് നിലത്തിട്ട് അങ്ങോട്ടുമിങ്ങോട്ടും വലിച്ചിഴക്കാൻ തുടങ്ങി. അവന്റെ ശരീരത്തിൽ നിന്നും രക്തമൊലിക്കാൻ തുടങ്ങി. അവനെ നിലത്തിട്ട് ചവിട്ടി വധിക്കാൻ ബലരാമൻ കാലുയർത്തി. അപ്പോൾ കൃഷ്ണൻ ഓടിവന്നു. 'ജ്യേഷ്ഠാ, അവനെ കൊല്ലണ്ടാ. അവൻ പൊയ്ക്കൊള്ളട്ടെ. അവന്റെ മരണം നമ്മളാൽ അല്ല നടക്കേണ്ടത്.' എന്നു പറഞ്ഞു.

അവനെ ബലരാമൻ മോചിപ്പിച്ചു. അവൻ നാണംകെട്ട് എഴുന്നേറ്റ് ഓടിയൊളിച്ചു. കൃഷ്ണൻ ജ്യേഷ്ഠനോട് പറഞ്ഞു, 'മറ്റൊന്നും കൊണ്ടല്ല അവനെ കൊല്ലണ്ട എന്നു പറഞ്ഞത്, അവന്റെ മരണം പാണ്ഡു പുത്രനായ ഭീമന്റെ കൈകൊണ്ടാണ് സംഭവിക്കേണ്ടത്. സമയമാകുമ്പോൾ അതു നടന്നുകൊള്ളും.'

പരാജിതനായെങ്കിലും ജരാസന്ധൻ അടങ്ങിയിരുന്നില്ല. അവൻ മഹാബലിയുടെ പുത്രനും അസുരരാജാവുമായ ബാണാസുരന്റെ കൊട്ടാരത്തിൽ ചെന്ന് കൃഷ്ണനുമായുള്ള യുദ്ധത്തിൽ തന്നെ സഹായിക്കണമെന്ന് അഭ്യർത്ഥിച്ചു. കൃഷ്ണൻ, ദേവന്മാർക്ക് പ്രിയപ്പെട്ടവനാണ് അതുകൊണ്ട് ബാണന്റെ ശത്രുവാണ്.അങ്ങനെ ജരാസന്ധനെ സഹായിക്കാം എന്നു ബാണാസുരൻ സമ്മതിച്ചു.

മൂന്നുദിവസത്തിനുശേഷം ജരാസന്ധൻ അസുരപ്പടയുമായി വീണ്ടും കൃഷ്ണനുമായി പോരാട്ടത്തിറങ്ങി. ഒട്ടനവധി പേരെ കൃഷ്ണനും കൂട്ടരും കാലപുരിക്ക് അയച്ചു. വീണ്ടും ജരാസന്ധൻ പരാജയപ്പെട്ട് ഓടിയൊളിച്ചു. എങ്ങനെയും കൃഷ്ണനെ നിഗ്രഹിച്ചു മഥുര വീണ്ടെടുക്കണം എന്നുള്ള തീവ്രമായ വൈരാഗ്യത്തോടെ തുടരെത്തുടരെ പതിനേഴു തവണ മഥുരയെ അവൻ ആക്രമിച്ചു പരാജയപ്പെട്ടു.

പതിനെട്ടാമത്തെ തവണ വീണ്ടും ജരാസന്ധൻ യുദ്ധത്തിനു തയ്യാറായി. ഒന്നുകിൽ മഥുര പിടിച്ചടക്കുക അല്ലെങ്കിൽ അവിടം പൂർണ്ണമായി നശിപ്പിക്കുക ഇതായിരുന്നു ജരാസന്ധന്റെ തീരുമാനം. കംസപുത്രന്മാർക്ക് അവകാശപ്പെട്ടത് കിട്ടണം അതായിരുന്നു ജരാസന്ധന്റെ മനസ്സിൽ ഉണ്ടായിരുന്നത്.

അക്കാലത്ത് ജരാസന്ധന്റെ ശത്രുവായിരുന്ന ഒരു യവന രാജാവുണ്ടായിരുന്നു. ജരാസന്ധനുമായി യുദ്ധത്തിന് അവസരം കാത്തിരിക്കുകയായിരുന്നു അവൻ. ഇതറിഞ്ഞ നാരദമുനി അവന്റെ കൊട്ടാരത്തിൽ ചെന്നു. അവനെ വാനോളം പുകഴ്ത്തി. 'ഞാൻ ന്നത് ഒരു കാര്യം പറയാനാണ്, ജരാസന്ധൻ അങ്ങയുടെ ശത്രുവല്ലേ? ലോകം കീഴടക്കിയവനാണ് എന്ന് അഹങ്കരിച്ചു നടക്കുന്ന അവനെ നശിപ്പിക്കാൻ അങ്ങേയ്ക്ക് മാത്രമേ കഴിയൂ. ഒരു കാര്യം കൂടിയുണ്ട്, ഇപ്പോൾ ഒരു നല്ല അവസരം വന്നിട്ടുണ്ട്. ജരാസന്ധനുമായി യുദ്ധം ചെയ്യാൻ മഗധയിലേക്കു പോകേണ്ടതില്ല. അവൻ മഥുരാപുരി ആക്രമിക്കാൻ അങ്ങോട്ട് പോയിരിക്കുകയാണ്. എതിരാളി ആരെന്നറിയാമോ? മഹാവിഷ്ണു ആണെന്നു പറഞ്ഞു ഞെളിഞ്ഞു നടക്കുന്ന ഒരു കൊച്ചു പയ്യനാണ് ജരാസന്ധന്റെ എതിരാളി. പടയുമായി മഥുരാപുരിയിൽ ചെന്നാൽ കൃഷ്ണനെയും ജരാസന്ധനേയും ഒന്നിച്ച് തോൽപ്പിക്കാം.'

നാരദൻ പറഞ്ഞതു വിശ്വസിച്ച്, 'വിഷ്ണുവോ? അവന്റെ വിഷ്ണുപ്രഭാവം ഞാൻ ഉടൻ തീർക്കുന്നുണ്ട്. അവനെ അവസാനിപ്പിക്കുമ്പോഴേക്കും മാഗധനും വരും. അവിടെവെച്ച് രണ്ടിനെയും ഈ

ഭൂലോകത്തു നിന്ന് തുടച്ചുമാറ്റി ലോകം എന്റെ അധീനതയിൽ കൊണ്ടുവരും ഞാൻ.' എന്നും പറഞ്ഞ് യവനൻ മഥുരയിലേക്കു പടനയിക്കാൻ നിശ്ചയിച്ചു.

കൃഷ്ണൻ കഥയെല്ലാം അറിഞ്ഞു. ആ യവനന് ഒരു പ്രത്യേക വരം കിട്ടിയിട്ടുണ്ട്, ഒരായുധം കൊണ്ടും അവൻ കൊല്ലപ്പെടില്ല. ജരാസന്ധൻ യുദ്ധത്തിനു വരുന്നതിൽ ന്യായമുണ്ട്. അദ്ദേഹത്തിന്റെ പുത്രിമാരുടെ ഭർത്താവാണ് കംസൻ. ആ നിലയ്ക്ക് കംസന്റെ മരണശേഷം രാജ്യത്തിന്റെ അവകാശികൾ കംസന്റെ മക്കളാണ്. അവർക്കത് നൽകാതെ യാദവർ അവിടെ ആധിപത്യം സ്ഥാപിച്ചിരിക്കുന്നത് ന്യായമല്ല. ജരാസന്ധൻ രാജ്യം കംസപുത്രന്മാർക്ക് കൊടുത്തോട്ടെ. അവർ തന്റെ മാതുലപുത്രന്മാരല്ലേ? എന്നാൽ ആ യവനൻ നശിക്കുകയും വേണം. അങ്ങനെ ചിന്തിച്ച് കൃഷ്ണൻ, കാര്യങ്ങൾ ജ്യേഷ്ഠനുമായി കൂടിയാലോചിച്ചു.

പശ്ചിമസമുദ്രത്തിൽ ഒരു ദ്വീപ് ഉണ്ടാക്കി യാദവരെയെല്ലാം മഥുരാപുരിയിൽ നിന്നു മാറ്റാൻ തീരുമാനിച്ചു. രണ്ടുപേരും കൂടി പശ്ചിമതീരത്ത് എത്തി വരുണനെ മനസ്സിൽ ധ്യാനിച്ചു. വരുണൻ പ്രത്യക്ഷപ്പെട്ടു. തന്റെ ആഗ്രഹം കൃഷ്ണൻ വരുണനോടു പറഞ്ഞു. ഉടനെ വരുണൻ അവിടെ മുൻപ് ഉണ്ടായിരുന്ന ദ്വീപും അങ്ങോട്ടുള്ള വഴിയും വെള്ളം പിൻവലിച്ച് കരയാക്കി മാറ്റി. രാമകൃഷ്ണന്മാർ ആ വഴിയിലൂടെ ദ്വീപിൽ പ്രവേശിച്ചു. കൃഷ്ണൻ ദേവശില്പിയായ വിശ്വകർമ്മാവിനെ മനസ്സിൽ ധ്യാനിച്ചു. അദ്ദേഹം പ്രത്യക്ഷപ്പെട്ടു. കൃഷ്ണൻ തന്റെ ആഗ്രഹം അറിയിച്ചു. ഉടനെ വിശ്വകർമാവ് നഗരനിർമാണ ജോലികൾ ആരംഭിച്ചു. പത്തു യോജന നീളവും പത്തുയോജന വീതിയിലും ആ മരതക ദ്വീപിന് ചുറ്റും മനോഹരമായ രമ്യഹർമ്യങ്ങൾ ഒക്കെ വിശ്വകർമ്മാവ് അവിടെ സൃഷ്ടിച്ചു. പരമാത്മാവിനെ ദർശിക്കാനുള്ള ദ്വാരം എന്ന അർത്ഥം വരുന്ന ദ്വാരക എന്ന പേര് ആ നഗരത്തിനു നൽകി. തുടർന്ന് കൃഷ്ണനും ജ്യേഷ്ഠനും മഥുരയിൽച്ചെന്ന് അവിടെയുള്ള എല്ലാവരെയും അവരുടെ സമ്പാദ്യങ്ങളുമായി രാത്രിക്കുരാമാനം ദ്വാരകയിലേക്ക് അയച്ചു. അവർക്ക് ഇഷ്ടമുള്ള ഗൃഹങ്ങൾ തിരഞ്ഞെടുത്തു താമസിക്കാൻ അനുവാദം കൊടുത്തു. എല്ലാവരെയും വേണ്ടവിധം അനുഗ്രഹിച്ച ശേഷം കൃഷ്ണൻ മഥുരാപുരിയിൽ മടങ്ങിവന്നു.

അപ്പോഴേക്കും യവനൻ പടയുമായി മഥുരയിൽ എത്തിച്ചേർന്നിരുന്നു. ഈ സമയം കൃഷ്ണൻ എല്ലാ വിഷ്ണു ചിഹ്നങ്ങളോടും കൂടി അവരുടെ മുൻപിൽ പ്രത്യക്ഷപ്പെട്ടു. വിഷ്ണുവാണ് താനെ

ന്നത് കള്ളനാട്യം കാണിച്ചു നടക്കുന്ന ഇവനെ വെറുതെ വിടാൻ പാടില്ലെന്ന് കരുതി യവനൻ കൃഷ്ണനു നേർക്ക് കൊല്ലാൻ അടുത്തു. കൃഷ്ണൻ ഒരു താമരപ്പൂ കൈയിൽപ്പിടിച്ച്, യവനനെക്കണ്ടു പേടിച്ച മട്ടിൽ ഓടാൻ തുടങ്ങി. ഇപ്പോൾ കിട്ടിപ്പോയി എന്ന ഭാവത്തിൽ യവനൻ ഉത്സാഹത്തോടെ കൃഷ്ണനെ പിന്തുടരാനും തുടങ്ങി. തൊട്ടു തൊട്ടില്ലെന്ന മട്ടിൽ അടുക്കും, അപ്പോഴേക്കും കൃഷ്ണൻ അകലത്തേക്ക് ഓടിക്കളയും. അവൻ കൃഷ്ണനോട് ദേഷ്യത്തിൽ അലറി, 'എടാ കള്ളാ നിൽക്കവിടെ. നീ പേടിച്ചോടുന്നോ? ധൈര്യമുണ്ടെങ്കിൽ നേരെ നിൽക്ക്.' ഓടിയോടി രക്ഷപ്പെടാൻ എന്ന ഭാവത്തിൽ, വഴിയിൽ കണ്ട ഒരു പർവ്വത ഗുഹയിലേക്കു കയറി കൃഷ്ണൻ ഒളിച്ചു.

യവനനും പിറകേ ചെന്നു. കൃഷ്ണനെ അവിടെയെങ്ങും കണ്ടില്ല. അവൻ ഗുഹ മുഴുവൻ പരിശോധന തുടങ്ങി. അപ്പോഴതാ ഒരരുകിൽ ഒരാൾ മൂടിപ്പുതച്ച് കിടന്നുറങ്ങുന്നു! തന്നെ പേടിച്ച് കൃഷ്ണൻ ഉറക്കം നടിച്ച് കിടക്കുകയാണ് എന്നു ചിന്തിച്ച് യവനന് ആ ശരീരത്തിൽ ആഞ്ഞു ചവിട്ടി. പെട്ടെന്ന് ആ രൂപം ഞെട്ടിയുണർന്ന് തന്റെ നിദ്രയ്ക്ക് ഭംഗം വരുത്തിയവനെ രൂക്ഷമായി നോക്കി. ആ നോട്ടത്തിൽ യവനൻ കരിഞ്ഞു ചാമ്പലായി. ആ യവനന് ശത്രുക്കളുടെ കൈ കൊണ്ടോ ആയുധത്താലോ മരിക്കില്ലെന്ന വരം ശിവനിൽ നിന്ന് കിട്ടിയിരുന്നു. അതുകൊണ്ട് അവനെ വധിക്കാൻ ഭഗവാൻ കണ്ട ഉപായമായിരുന്നു ഇത്.

അവിടെ കിടന്നുറങ്ങിയിരുന്നത് സൂര്യവംശത്തിലെ മാണ്ഡാവിന്റെ പുത്രനും ഹരിഭക്തനായിരുന്ന അംബരീഷ രാജാവിന്റെ അനുജൻ മുചുകുന്ദൻ എന്ന വീരയോദ്ധാവായിരുന്നു. പണ്ട്, ദേവാസുര യുദ്ധകാലത്ത് ദേവന്മാർക്ക് വിജയം നേടിക്കൊടുക്കുന്നതിൽ ഇന്ദ്രൻ സന്തുഷ്ടനായി എന്തുവരം വേണമെന്ന് അദ്ദേഹത്തോടു ചോദിച്ചപ്പോൾ സുഖനിദ്രയാണ് വരമായി ആവശ്യപ്പെട്ടത്. കാരണം, വളരെക്കാലം ഉറങ്ങാതെയാണ് ദേവന്മാർക്കു വേണ്ടി അദ്ദേഹം യുദ്ധം ചെയ്തിരുന്നു. അതുകൊണ്ട് അദ്ദേഹത്തിനു സുഖനിദ്ര ആവശ്യമായിരുന്നു. ഇന്ദ്രൻ വരം കൊടുത്തിട്ട് പറഞ്ഞു, 'അങ്ങയുടെ നിദ്രയ്ക്ക് ഭംഗം വരുത്തുന്നവൻ ആരായാലും അങ്ങ് നോക്കിയാൽ ദഹിച്ചുപോകും.' ഇക്കാര്യങ്ങൾ കൃഷ്ണന് അറിയാമല്ലോ. അതുകൊണ്ടാണ് ആ യവനനെ ഗുഹയിൽ ഓടിച്ചു കയറ്റിയതും മുചുകുന്ദനു മുന്നിൽ എത്തിച്ചതും. യവനൻ ഭസ്മമായതോടെ മുചുകുന്ദനു മുന്നിൽ സാക്ഷാൽ വിഷ്ണുരൂപത്തിൽ കൃഷ്ണൻ

പ്രത്യക്ഷപ്പെട്ടു.

ശംഖുചക്രഗദാധാരിയായ കൃഷ്ണനെ കണ്ട് മൂചുകുന്ദൻ തൊഴുതു കൊണ്ടു കാര്യങ്ങൾ ചോദിച്ചു.

കൃഷ്ണൻ, മൂചുകുന്ദനെ അനുഗ്രഹിച്ചു മോക്ഷം നൽകി.

പിന്നീട് മാധവൻ നേരെ മഥുരാപുരിയിലേക്കു ചെന്നു. അവിടെ യവനസൈന്യം കോട്ടവളഞ്ഞ് നിൽപ്പുണ്ടായിരുന്നു. രാമകൃഷ്ണൻമാർ നിഷ്പ്രയാസം അവരെയെല്ലാം കൊന്നൊടുക്കി. അപ്പോഴേക്കും ജരാസന്ധനും എത്തി. ഘോരമായ യുദ്ധം ആരംഭിച്ചു. എന്നാൽ യുദ്ധം അധികം നീട്ടിക്കൊണ്ടു പോകാതെ, ചെറുത്തു നിൽക്കാൻ ശക്തിയില്ലാത്ത ഭാവത്തിൽ രാമകൃഷ്ണൻമാർ പേടിച്ചോടുന്നതായി ഭാവിച്ചു. ജരാസന്ധൻ പരിഹസിച്ചു കൊണ്ട് രാമകൃഷ്ണൻമാരെ പിന്തുടർന്നു. രാമകൃഷ്ണൻമാർ തിരിഞ്ഞു നോക്കാതെ ഓടി. 'എടാ പിള്ളാരെ, നിങ്ങളുടെ ധൈര്യമൊക്കെ എവിടെപ്പോയി? പശുവിനെ മേയ്ക്കൽ അല്ല യുദ്ധമെന്നു മനസ്സിലായോ? ചുണയുണ്ടെങ്കിൽ നേരെ നിൽക്ക്. യുദ്ധം ചെയ്യ്. കണ്ടോ പാവങ്ങൾ പേടിച്ചോടുന്നു.' എന്നൊക്കെ വിളിച്ചു പറഞ്ഞു. എന്നാൽ രാമകൃഷ്ണൻമാർ പർവതത്തിന്റെ മുകളിൽ കയറി രക്ഷപ്പെടുമെന്നു തോന്നിയപ്പോൾ ജരാസന്ധൻ, അവരെ രക്ഷപ്പെടാൻ അനുവദിക്കരുത് എന്നു പറഞ്ഞു കൊണ്ട് പർവ്വതത്തിന് ചുറ്റും തീ കൊളുത്തുവാൻ ഉത്തരവിട്ടു.

തീ ആളിപ്പിടിച്ച് വൃക്ഷങ്ങളും മുളങ്കാടുകളും കത്താൻ തുടങ്ങി. ആ സമയം കൃഷ്ണൻ ജ്യേഷ്ഠനെ കൈയിൽപ്പിടിച്ചുകൊണ്ട് പർവ്വതത്തിന്റെ മുകളിൽ നിന്നും കുതിച്ചുചാടി സമുദ്രത്തിന്റെ മീതെ പറന്ന് ദ്വാരകയിൽ എത്തി. അവർ പോയത് എങ്ങോട്ടെന്ന് ആരും കണ്ടില്ല. ജരാസന്ധനാകട്ടെ, യാദവബാലന്മാർ തീയിൽ ദഹിച്ചു പോയെന്നാണ് കരുതിയത്. ശത്രുക്കളെ പരാജയപ്പെടുത്തിയെന്നും ബാലന്മാരെ തീയിൽ ചുട്ടുകൊന്നുവെന്നും അവൻ ആഹ്ലാദിച്ചു.

പിന്നെ, ജരാസന്ധൻ മഥുരാപുരിയിൽ കംസപുത്രനെ രാജാവായി വാഴിച്ചു.

○○

എട്ട്
ചെന്താമരക്കണ്ണന്റെ വിവാഹം

ബലരാമനും രേവതിയുമായുള്ള വിവാഹം കഴിഞ്ഞതോടെ കണ്ണന്റേയും വിവാഹം ഉടനെ നടത്തണമെന്ന് വസുദേവർ തീരുമാനിച്ചു. ദേവകിയോട് അഭിപ്രായം ആരാഞ്ഞു. ദേവകിക്കും കണ്ണന്റെ വിവാഹം കാണാൻ അതിയായ ആഗ്രഹമുണ്ട്. കൃഷ്ണന്റെ കാര്യമായതുകൊണ്ട് മറ്റുള്ളവർ വിചാരിക്കുന്ന പോലെയല്ല, കൃഷ്ണൻ തന്നെ നിശ്ചയിക്കുമ്പോഴേ അതു സംഭവിക്കൂ എന്നവർ ആശ്വസിച്ചു.

അക്കാലത്ത് വിദർഭയിലെ രാജാവായിരുന്ന ഭീഷ്മകന് അഞ്ചു പുത്രന്മാരും ഒരു പുത്രിയും ഉണ്ടായിരുന്നു. അവളായിരുന്നു രുക്മിണി. അവളുടെ മൂത്ത സഹോദരന്റെ പേര് രുക്മി എന്നായിരുന്നു. രുക്മിണി അതീവസുന്ദരിയായിരുന്നു. ലോകത്തിൽ ഒരിടത്തും അത്രയും സുന്ദരിയായ ഒരു പെൺകുട്ടി ഇല്ലെന്നു നാടെങ്ങും കീർത്തിപരന്നിരുന്നു. രുക്മിണിയുടെ മാതാപിതാക്കൾ തങ്ങളുടെ മകൾക്ക് അനുരൂപൻ ദ്വാരകാധിപതിയായ ശ്രീകൃഷ്ണൻ ആണെന്നും, അതിനാൽ കൃഷ്ണനെ കൊണ്ട് അവളെ വേളി കഴിപ്പിക്കണമെന്നും ആഗ്രഹിച്ചു.

ഈ വിവരം രുക്മിണി രഹസ്യമായി അറിഞ്ഞു. പരിചാരികമാരാകട്ടെ കൃഷ്ണന്റെ മോഹനസൗന്ദര്യത്തെപ്പറ്റിയും അത്ഭുതചരിത്രങ്ങളെ പറ്റിയും രുക്മിണിയോടു വാനോളം പുകഴ്ത്തി സംസാരിച്ചിരുന്നു. വിദർഭകുമാരിയുടെ സൗന്ദര്യസദ്ഗുണങ്ങളെ പറ്റി ദേശസഞ്ചാരികൾ പറഞ്ഞ് ശ്രീകൃഷ്ണനും അറിഞ്ഞു. അദ്ദേഹത്തിനും അവളോട് അനുരാഗം തോന്നിത്തുടങ്ങി.

എന്നാൽ, രുക്മിണിയുടെ സഹോദരന്റെ തീരുമാനം മറ്റൊന്നായിരുന്നു. രുക്മിയുടെ വാക്കുകൾ തള്ളിക്കളയാൻ അച്ഛനാകുമായിരുന്നില്ല. അങ്ങനെ ഭീഷ്മക രാജാവിനും രുക്മിയുടെ അഭിപ്രായത്തോട് യോജിക്കേണ്ടിവന്നു. രുക്മിയുടെ മറ്റ് അനുജന്മാരും

അയാളുടെ വശത്തായിരുന്നു. അവർ സഹോദരിയുടെ ഭർത്താവായി കണ്ടെത്തിയത് ചേദിരാജാവായ ദമഘോഷന്റെ പുത്രൻ ശിശുപാലനെ ആയിരുന്നു. രുക്മിയും ശിശുപാലനും സുഹൃത്തുക്കളായിരുന്നു. അങ്ങനെ ശിശുപാലനും രുക്മിണിയും തമ്മിലുള്ള വിവാഹത്തിന് ശുഭദിനം നിശ്ചയിച്ചു. ബന്ധുക്കൾക്കും പ്രഭുക്കൾക്കും ഉന്നതർക്കും ക്ഷണപത്രിക അയച്ചു. എന്നാൽ രുക്മിണി വിവരമറിഞ്ഞ് ആകെ സങ്കടത്തിലായി. ജ്യേഷ്ഠന്റെ മുന്നിൽ ചെന്ന് മനസ്സിലെ ആഗ്രഹം അറിയിക്കാൻ അവൾ ധൈര്യപ്പെട്ടില്ല. പറഞ്ഞാൽ തന്നെ അവൻ അത് വകവെക്കുകയുമില്ല. വളരെ ആലോചിച്ച് അവൾ ഒരു ബ്രാഹ്മണനെ വിളിച്ചുവരുത്തി. എന്നിട്ടു പറഞ്ഞു, 'അങ്ങ് എനിക്കുവേണ്ടി ഒരു ചെറിയ സഹായം ചെയ്യണം. ദയവുണ്ടായി എന്നെ സഹായിക്കണം.' അതുകേട്ട് ബ്രാഹ്മണൻ പറഞ്ഞു, 'എന്ത് സഹായമാണ് ഞാൻ ചെയ്യേണ്ടത്? രാജകുമാരി പറയൂ...' ബ്രാഹ്മണന്റെ വാക്കുകൾ കേട്ട് രുക്മിണി സങ്കടത്തോടെ പറഞ്ഞു, 'ഞാൻ ദ്വാരകാപതിയായ ശ്രീകൃഷ്ണനെ മനസ്സിൽ ആരാധിച്ചു ജീവിക്കുന്ന ഒരുവളാണ്. ഭർത്താവിന്റെ സ്ഥാനത്ത് അദ്ദേഹത്തെ അല്ലാതെ മറ്റാരെയും എനിക്ക് കാണാൻ കഴിയില്ല. എന്റെ അച്ഛനമ്മമാരും എന്നെ അനുഗ്രഹിക്കും എന്ന് എനിക്ക് ഉറപ്പുണ്ട്. പക്ഷേ, എന്റെ ജേഷ്ഠൻ അദ്ദേഹത്തിന്റെ സുഹൃത്തായ ശിശുപാലനെ കൊണ്ട് എന്നെ വിവാഹം കഴിപ്പിക്കാൻ നിശ്ചയിച്ചു കഴിഞ്ഞിരിക്കുന്നു. അതുകൊണ്ട് അങ്ങ് ഈ നിമിഷം തന്നെ ദ്വാരകയിൽ എത്തി ആ കരുണാവാരിധിയെ വിവരം ധരിപ്പിച്ച് ഇങ്ങോട്ട് കൂട്ടിക്കൊണ്ടു വരണം. അദ്ദേഹം വന്ന് എന്നെ രക്ഷിക്കുന്നില്ല എങ്കിൽ ഈ ജീവിതം ഞാൻ അദ്ദേഹത്തിനു വേണ്ടി ബലിയർപ്പിക്കുമെന്നും അറിയിക്കണം.'

ബ്രാഹ്മണൻ രുക്മിണിയെ സമാധാനിപ്പിച്ചു, 'ഭയപ്പെടേണ്ട ഞാൻ ഇപ്പോൾ തന്നെ പുറപ്പെടുന്നു. എനിക്കും ഭഗവാനെ നേരിൽ കാണാനുള്ള ഭാഗ്യം സിദ്ധിക്കുമല്ലോ.' എന്നു പറഞ്ഞ് രുഗ്മിണിയെ സമാധാനപ്പെടുത്തി ബ്രഹ്മണൻ ദ്വാരകയിലേക്കു പുറപ്പെട്ടു. അന്ന് രാത്രി തന്നെ ദ്വാരകയിൽ എത്തി. രുഗ്മിണിയുടെ സന്ദേശം ഭക്തവത്സലനെ അറിയിച്ചു. ഭഗവാൻ ഉടനെ തന്നെ ഭീഷ്മകന്റെ കൊട്ടാരത്തിലേക്കു തിരിച്ചു.

ഒരു രാത്രി അവിടെ ഭീഷ്മകന്റെ ആതിഥ്യം സ്വീകരിച്ച് അവിടെ കഴിച്ചുകൂട്ടി. പിറ്റേന്ന് വിവാഹമാണ്. കൃഷ്ണൻ തനിച്ച് രുക്മിണിയുടെ കൊട്ടാരത്തിലേക്ക് പോയ വിവരം ബലരാമൻ അറിഞ്ഞു.

ഉടനെ തന്നെ യാദവപ്പടയുമായി ബലരാമനും ഭീഷ്മകന്റെ കൊട്ടാരത്തിനടുത്ത് എത്തിച്ചേർന്നു. പിറ്റേദിവസം രാവിലെ മംഗളവാദ്യങ്ങൾ മുഴങ്ങി. നഗരം മുഴുവൻ മനോഹരമായി അലങ്കരിച്ചിരിക്കുന്നു. പന്തലിൽ വിവാഹ മണ്ഡപത്തിനടുത്ത് മുൻനിരകളിൽ രാജാക്കന്മാർ സന്നിഹിതരായി.

രുക്മിണി വിലയേറിയ പട്ടുവസ്ത്രങ്ങളും രത്നാഭരണങ്ങളും പുഷ്പമാല്യങ്ങളും ചൂടി പട്ടാളക്കാരുടെ അകമ്പടിയോടെ പാർവതി ദേവിയെ വന്ദിക്കുവാനായി ക്ഷേത്രത്തിലേക്കു പുറപ്പെട്ടു. അവിടെയെത്തി ശ്രീകൃഷ്ണനെ ഭർത്താവായി കിട്ടണേ എന്ന് മനമുരുകി പ്രാർത്ഥിച്ചു. പുറത്തേക്ക് ഇറങ്ങിയപ്പോൾ ദൂതു പറഞ്ഞുവിട്ട ബ്രാഹ്മണൻ അവിടെ നിൽക്കുന്നത് കണ്ടു. അടുത്തേക്ക് ചെന്ന് പതിയെ ചോദിച്ചു, 'അദ്ദേഹം എന്നെ ഉപേക്ഷിച്ചോ? എന്നെ രക്ഷിക്കാൻ അദ്ദേഹം വരില്ലേ?'

ബ്രാഹ്മണൻ ചിരിച്ചുകൊണ്ടു പറഞ്ഞു, 'ദേവി പേടിക്കേണ്ട അദ്ദേഹം ഇന്നലെ രാത്രി തന്നെ ഇവിടെ എത്തിക്കഴിഞ്ഞു.' അതോടെ രുക്മിണിക്കു സമാധാനമായി. രാജകുമാരിയും തോഴിമാരും പതുക്കെ ക്ഷേത്രത്തിൽ നിന്ന് മണ്ഡപത്തിലേക്കു നടന്നു. രുക്മിണിയുടെ സൗന്ദര്യം കണ്ട് പരവശരായി സർവ്വരാജാക്കന്മാരും ശിശുപാലന്റെ ഭാഗ്യത്തെ വാഴ്ത്തി. മണ്ഡപത്തിലെ സുവർണ്ണപീഠത്തിൽ പുതുമണവാളനായ ശിശുപാലൻ കാമദേവനെ പോലെ ഇരിപ്പുണ്ട്.

ജനക്കൂട്ടം രുക്മിണിയുടെ വരവ് കാണാൻ വഴിയരികിൽ തിങ്ങിനിറഞ്ഞു നിൽക്കുന്നുണ്ട്. അക്കൂട്ടത്തിൽ ഒരു രഥത്തിൽ കൃഷ്ണനും രുക്മിണിയുടെ വരവും കാത്തിരുന്നു. ആ കോമളരൂപനെ കണ്ട് അതിശയത്തോടെ പലരും പറഞ്ഞു, 'ആ തേരിൽ ഇരിക്കുന്നവൻ രാജകുമാരിക്ക് യോജിച്ച സുന്ദരൻ തന്നെ. കഷ്ടം! രുക്മി എന്തൊരു ദുഷ്ടനാണ്. ശിശുപാലനെ കൊണ്ട് അനുജത്തിയെ വിവാഹം കഴിപ്പിക്കാൻ നിശ്ചയിച്ചത് കഷ്ടംതന്നെ.'

ഈ സമയം കൊണ്ട് വിവാഹമണ്ഡപത്തിന് സമീപം രുക്മിണി എത്തി. പൊടുന്നനെ അവളുടെ മുന്നിൽ കൃഷ്ണൻ തേരു തെളിച്ചെത്തി. അവളെ കോരിയെടുത്ത ശേഷം അതിവേഗം കാർവർണ്ണൻ രഥം പായിച്ചു.

അതോടെ വിവാഹസ്ഥലത്ത് ആകെ ബഹളമായി. പെണ്ണിനെ കട്ട കള്ളനെ പിടിക്കണം, പെണ്ണിനെ വീണ്ടെടുക്കണം, ആയുധമെടുത്ത് ആ ഇടയച്ചെറുക്കനോടു യുദ്ധം ചെയ്യാൻ എല്ലാവരോടും

രുക്മി ആഹ്വാനം ചെയ്തു. ശിശുപാലനും ഓടിവന്നു കൃഷ്ണനെ തടയാൻ ശ്രമിച്ചു.

പേടിച്ചു വിറച്ച് രഥത്തിൽ ഇരിക്കുകയാണ് രുക്മിണി. കൃഷ്ണൻ ഇടയ്ക്ക് അവളെ സമാധാനിപ്പിക്കുന്നുണ്ട്. അദ്ദേഹം പറഞ്ഞു, 'ഇവരോട് എതിർക്കാൻ ഞാൻ മാത്രം മതി. നീ ധൈര്യമായി ഇരിക്ക്' എന്ന്. കൃഷ്ണനെ വധിക്കണമെന്ന ലക്ഷ്യത്തിൽ ശിശുപാലനും രുക്മിയും ഘോരമായി പോരാടുകയാണ്. അപ്പോഴേക്കും ബലരാമൻ, യാദവ സൈന്യവുമായി അവിടെയെത്തി. ഉഗ്രമായ ആ പോരാട്ടത്തിന് ഒടുവിൽ രാജാക്കന്മാർ പ്രാണനും കൊണ്ട് അവിടെ നിന്നും രക്ഷപ്പെട്ടു. കൃഷ്ണൻ, ശിശുപാലനെ വധിക്കാൻ ഒരുങ്ങിയെങ്കിലും പിന്നീട് വെറുതെ വിട്ടു. അവൻ നാണംകെട്ട് ഓടിമറഞ്ഞു. ശത്രുക്കൾ എല്ലാവരും പരാജിതരായി ഓടിപ്പോയെങ്കിലും സഹോദരിയെ വീണ്ടെടുക്കാതെ കൊട്ടാരത്തിലേക്ക് വരില്ലെന്ന് രുക്മി വാശിയോടെ വില്ലു തൊട്ട് സത്യം ചെയ്തു.

എന്നാൽ കൃഷ്ണൻ അവനെ കൊല്ലാൻ വാളോങ്ങി. അതു കണ്ടു രുക്മിണി ജ്യേഷ്ഠനെ കൊല്ലരുതേ എന്ന് അപേക്ഷിച്ച് കൃഷ്ണന്റെ കാൽക്കലേക്കു വീണു. അപ്പോഴേക്കും ബലരാമനും പറഞ്ഞു, 'കൃഷ്ണാ, ഇനിമുതൽ അവൻ നമ്മുടെ ബന്ധുവാണ്. അതുകൊണ്ട് അവന്റെ കുറ്റം ക്ഷമിച്ചു മാപ്പ് കൊടുക്കുക ഇല്ലെങ്കിൽ രുക്മിണിക്കും മനോവേദനയുണ്ടാകും.'

ആ വാക്കുകൾ കൃഷ്ണൻ അംഗീകരിച്ചു, രുക്മിയെ വിട്ടയച്ചു. ശത്രുക്കൾ ഓടിയൊളിച്ചതോടെ രുക്മിണീസമേതം രാമകൃഷ്ണന്മാർ ദ്വാരകയിൽ എത്തി. തുടർന്ന് മാതാപിതാക്കളെ കണ്ട് നവവധുവിനെ അവരുടെ മുന്നിൽ നിർത്തി. രുക്മിണിയെ ദേവകി ഏറെ സന്തോഷത്തോടെ ആലിംഗനം ചെയ്തു.

ഒമ്പത്
കുചേലനും കൃഷ്ണനും

പണ്ട്, സന്ദീപനി മുനിയുടെ ആശ്രമത്തിൽ കൃഷ്ണനും ബലരാമനും ഗുരുകുലവാസം ചെയ്യുന്ന കാലത്ത് കൂട്ടുകാരനായി സുധാമാവ് എന്ന ബ്രാഹ്മണകുമാരൻ പഠിച്ചിരുന്നു. സുധാമാവ് എന്നാണ് യഥാർത്ഥ പേരെങ്കിലും കുചേലൻ എന്ന പേരിലാണ് ആ ബ്രാഹ്മണ കുമാരനെ എല്ലാവരും വിളിച്ചിരുന്നത്. പഠനം കഴിഞ്ഞ് രണ്ടു പേരും പിരിഞ്ഞശേഷം പിന്നീടു പരസ്പരം കാണാൻ കഴിഞ്ഞിരുന്നില്ല. ആ ബ്രാഹ്മണൻ സാന്ദീപനിയുടെ ആശ്രമത്തിനടുത്ത് ഗൃഹസ്ഥാശ്രമം സ്വീകരിച്ച് ജീവിച്ചു വന്നു. പരമദരിദ്രനായ അദ്ദേഹം താമസിച്ചിരുന്നത് ചെറ്റകുടിയിലായിരുന്നു. കുറെ കുട്ടികളും ഭാര്യയുമായി ഒരു നേരത്തെ ആഹാരത്തിനു പോലും വകയില്ലാതെ കഴിയുകയായിരുന്നു ആ ബ്രാഹ്മണൻ. സദാ ഈശ്വര ചിന്ത മാത്രമായിരുന്നു അദ്ദേഹത്തിന്, കുടുംബ ക്ലേശങ്ങളെകുറിച്ചൊന്നും അദ്ദേഹം ഓർത്തിരുന്നില്ല.

അസ്ഥിപഞ്ചരം പോലെ ശോഷിച്ച ശരീരവുമായി കുചേലപത്നി വീടുകൾ തോറും കയറിയിറങ്ങി ഭിക്ഷ യാചിക്കും. എന്തെങ്കിലും കിട്ടിയാലായി, ചിലപ്പോൾ ഒന്നും കിട്ടിയില്ലെന്നും വരും. ഇങ്ങനെ യാചിച്ചു നടക്കുന്നതുകൊണ്ട് ജനങ്ങൾക്കും അവരെ വെറുപ്പായിരുന്നു. യാചിച്ചുകിട്ടുന്നത് പാകപ്പെടുത്തി ഭർത്താവിനു കൊടുക്കും. ശേഷം അവരും കുഞ്ഞുങ്ങളും ഭക്ഷിക്കും. ചിലപ്പോൾ ആകട്ടെ കുഞ്ഞുങ്ങൾക്ക് കൊടുത്ത ശേഷം അവർക്ക് ഒന്നും കിട്ടുകയുമില്ല. പാവം വിശപ്പ് സഹിച്ച് കിടക്കും. ഈ ക്ലേശങ്ങൾ സഹിച്ച് മടുത്ത അവർ ഒരു ദിവസം ഭർത്താവിനോട് പറഞ്ഞു, 'അങ്ങ് ഞാൻ പറയുന്നതു കേട്ടു കോപിക്കരുത്. ദാരിദ്ര്യമാണെങ്കിലും എത്രകാലം ഇത് സഹിക്കും? കുഞ്ഞുങ്ങൾക്ക് ഒന്നും കൊടുക്കാതെ വളർത്താൻ പറ്റുമോ? രാത്രിയിൽ, വിശപ്പ് സഹിക്കാതെ

അവർ എന്നെ കെട്ടിപ്പിടിച്ച് കരയുന്നത് അങ്ങ് കാണുന്നില്ലേ? പെറ്റമ്മയായ ഞാൻ ഇത് എത്ര കാലം സഹിക്കും? ബ്രാഹ്മണകുലത്തിൽ ജനിച്ചതു കൊണ്ട് കൂലിവേലയും ആരും തരുന്നില്ല. എന്നും ഭിക്ഷയായി നമുക്ക് ആരെങ്കിലും വല്ലതും തരുമോ? ഒരു നേരത്തെ കഞ്ഞിവെള്ളമെങ്കിലും കൊടുക്കാൻ ഒരു മാർഗ്ഗം അങ്ങ് നിർദ്ദേശിക്കണം. ഭർത്താവിനോടല്ലാതെ മറ്റാരോടാണു ഞാനിതു പറയുക?'

മറുപടിയായി കുചേലന്റെ വാക്കുകൾ ഇങ്ങനെയായിരുന്നു, 'ഞാൻ എന്തു മാർഗം പറയണമെന്നാണ് പറയുന്നത്? ദൈവഭജനം അല്ലാതെ മറ്റൊന്നും എനിക്കറിയില്ല. അതുകൊണ്ട് നമുക്ക് ശത്രുക്കൾ ആരുമില്ല. ധനം വർദ്ധിപ്പിക്കാനുള്ള കപടചിന്തകളും നമ്മെ അലട്ടുന്നില്ല. ഈ തത്വങ്ങൾ പട്ടിണിക്ക് പരിഹാരമാവില്ല എന്നറിയാം. എന്നാൽ നിന്റെ ചോദ്യത്തിന് എനിക്ക് ഉത്തരമേതും ഇല്ല എന്നതും സത്യമാണ്.'

കുചേലപത്നി വീണ്ടും അദ്ദേഹത്തോടു പറഞ്ഞു, 'ഞാൻ സ്വർണാഭരണങ്ങളോ പട്ടുവസ്ത്രങ്ങളോ മണിമാളികയോ അല്ല ചോദിക്കുന്നത്, കുഞ്ഞുങ്ങൾക്ക് ഒരു നേരത്തെ ഭക്ഷണം കൊടുക്കാനുള്ള മാർഗമാണ്. നമ്മൾ എത്ര ഭിക്ഷയെടുത്താലും ഒന്നും കിട്ടുകയില്ല. അങ്ങയോട് ഞാനൊരു കാര്യം പറയട്ടെ, ദേഷ്യപ്പെടരുത്. പണ്ട് ഗുരുകുലത്തിൽ അങ്ങയുടെ ഒപ്പം പഠിച്ചിട്ടുള്ള ശ്രീകൃഷ്ണൻ എന്ന കൂട്ടുകാരൻ ദ്വാരകയുടെ രാജാവാണത്രേ. അദ്ദേഹത്തിന് അങ്ങയോട് വലിയ സ്നേഹമാണെന്ന് പലപ്പോഴും പറഞ്ഞിട്ടുണ്ട്. അദ്ദേഹത്തെ കണ്ട് നമ്മുടെ ദയനീയാവസ്ഥ അറിയിച്ചാൽ നമ്മുടെ ദുഃഖത്തിന് ഒരു ശമനമുണ്ടാക്കി തരും തീർച്ചയാണ്.'

'നീ എന്താണീപ്പറയുന്നത്! കൃഷ്ണന്റെ സ്ഥാനം എവിടെ, ഏഴയായ എന്റെ സ്ഥാനം എവിടെ. ഒരുമിച്ചു കുറച്ചുനാൾ താമസിച്ചു പഠിച്ചു എന്നു കരുതി എന്നെ അദ്ദേഹം ഓർക്കുന്നുണ്ടാകുമോ? ഈ ദരിദ്രനെ അദ്ദേഹം കണ്ടാൽ അറിയുമോ? വേണ്ട അതിമോഹം വേണ്ടേവേണ്ട.'

'അങ്ങയുടെ പതിവ്രതയായ ഭാര്യ, ഞാൻ പറയുന്നു അദ്ദേഹം ആശ്രിതവത്സനും ഭക്തന്മാർക്ക് വേണ്ടി എന്തും കൊടുക്കാൻ സന്മനസ്സുള്ളവനുമായ ആണ്. ഭക്തനായ അങ്ങയെ അദ്ദേഹം തിരിച്ചറിയുക തന്നെ ചെയ്യും. അവിടുന്ന് പോയി അദ്ദേഹത്തെക്കണ്ട് നമ്മുടെ അവസ്ഥ അറിയിക്കൂ.'

ഭാര്യയുടെ നിർബന്ധം സഹിക്കാൻ വയ്യാതെ കുചേലൻ ദ്വാര

കയിലേക്കു പോയി കൃഷ്ണനെ കാണാമെന്ന് സമ്മതിച്ചു. പക്ഷേ, ഒരു കാര്യം പ്രത്യേകം ഓർമിപ്പിച്ചു, 'തനിക്ക് അദ്ദേഹത്തെ നേരിട്ട് കാണാൻ കഴിഞ്ഞാൽ താനൊന്നും ചോദിക്കില്ല. എന്തെങ്കിലും ധനം ആഗ്രഹിച്ചാണ് അദ്ദേഹത്തെ കാണാൻ ചെന്നതെന്ന് അദ്ദേഹത്തിനു തോന്നുന്നത് തനിക്ക് പ്രയാസമാണ്. അദ്ദേഹം മനസ്സറിഞ്ഞ് വല്ലതും തന്നാൽ കൊണ്ടുപോരും. എന്നാൽ ഒന്നുണ്ട്, വളരെക്കാലംക്കൂടി ഒരു പഴയ കൂട്ടുകാരനെ കാണാൻ പോവുകയാണ്, അപ്പോൾ വെറും കയ്യോടെ പോകുന്നത് ശരിയല്ലല്ലോ ദരിദ്രനാണെങ്കിലും എന്തെങ്കിലും കൊടുക്കണം. അതിനു വഴി കണ്ടെത്തിയേ പറ്റൂ.' ഇതുകേട്ട് കുചേലപത്നി, അയൽപക്കത്ത് രണ്ടുമൂന്നു വീടുകളിൽ ചെന്ന് യാചിച്ചു കിട്ടിയ കുറച്ചു നെല്ല്, ഇടിച്ച് അവലാക്കി ഒരു കീറത്തുണി കഷ്ണത്തിൽ പൊതിഞ്ഞു ഭർത്താവിന്റെ കൈയിൽക്കൊടുത്തു.

ആ ഇത്തിരി അവലുമായി കണ്ണനെക്കാണാൻ പോകാൻ കുചേലനു നല്ല മടി ഉണ്ടായിരുന്നു. എന്നാൽ മുന്നിൽ മറ്റു വഴിയൊന്നുമില്ല. അങ്ങനെ കുചേലൻ കുളിച്ച് ഭസ്മവും കുറിയും അണിഞ്ഞ്, ഓലക്കുടയും എടുത്ത് അവിൽപൊതി ആരും കാണാതെ അരയിൽ ഒളിപ്പിച്ച് ദ്വാരകയിലേക്ക് പുറപ്പെട്ടു.

അദ്ദേഹം പോകുന്നത് കണ്ട് കുട്ടികൾ അമ്മയോട് ചോദിച്ചു, 'അച്ഛൻ എവിടേക്കാണ് പോകുന്നത്?' അവർ പറഞ്ഞു, 'ദ്വാരകയിലേക്ക്, ഭഗവാൻ ശ്രീകൃഷ്ണനെ കാണാൻ പോവുകയാണ്. അദ്ദേഹം നമ്മുടെ ദാരിദ്ര്യത്തിന് അറുതിവരുത്തും.'

കുചേലൻ പതുക്കെ നടന്നു. വഴിയിൽ കുറച്ച് വിശ്രമിച്ച് പൊയ്കകളിലെ പച്ചവെള്ളവും കുടിച്ചായിരുന്നു യാത്ര. നടക്കുമ്പോഴും 'ഭഗവാൻ എന്നെ ഓർക്കുന്നുണ്ടാവുമോ, എന്റെ കൃഷ്ണാ എന്നെ ഉപേക്ഷിക്കല്ലേ അങ്ങയെ കാണാനായി ഞാൻ വരികയാണ്...' എന്നൊക്കെയായിരുന്നു ചിന്ത. അങ്ങനെ ദിവസങ്ങൾ കൊണ്ടു നടന്നുനടന്ന് ആ മണിമാളികയുടെ ഗോപുര വാതിൽക്കൽ എത്തിയത് കുചേലൻ അറിഞ്ഞില്ല.

ഒരു പിച്ചക്കാരനായ ബ്രാഹ്മണൻ അകത്തു കടക്കാൻ ശ്രമിക്കുന്നത് ദ്വാരപാലകർ കണ്ടു. അവർ അയാളെ തടഞ്ഞു. 'ഹേ ബ്രാഹ്മണാ, രാജാക്കന്മാരും മഹർഷിമാരും ഭഗവാനെ കാണാൻ ഊഴവും കാത്തുനിൽക്കുകയാണ്. അതിനിടയിൽ നിസ്സാരക്കാരനായ താങ്കൾക്ക് അവിടെ എത്തിനോക്കാൻ പോലും കഴിയില്ല. ആഹാരത്തിനാണെങ്കിൽ ഭക്ഷണശാലയിൽ ചെന്നാൽ വയറു നിറയെ

കഴിക്കാം. ഇവിടുന്നങ്ങു കടന്നു പോവുക.'

അതുകേട്ട് കുചേലൻ പറഞ്ഞു, 'എനിക്കൊന്നും വേണ്ട. ഭഗവാനെ ഒന്ന് കണ്ടാൽ മതി. എന്നെ ഒന്ന് അകത്തേക്ക് വിടൂ.'

'ശരി, അങ്ങനെയാണെങ്കിൽ ഭഗവാൻ പുറത്തേക്ക് വരുന്ന സമയത്ത് ഇവിടെ നിന്നായാലും കാണാം. വഴി തടസ്സപ്പെടാതെ മാറി നിൽക്കൂ.'കാവൽക്കാരൻ പറഞ്ഞു.

കുചേലൻ കൃഷ്ണനെ കാത്ത് ഇരിപ്പായി.

ആ സമയം ഭഗവാൻ രുക്മിണിയോടൊപ്പം സല്ലാപത്തിലായിരുന്നു. പെട്ടെന്ന് വല്ലാത്ത വേദന ഹൃദയത്തിൽ വന്നു തട്ടി. 'കൃഷ്ണാ...'എന്ന കുചേലന്റെ മനമുരുകിയുരു വിളി ഭഗവാന്റെ കരളിലാണ് കൊണ്ടത്.

ഭഗവാൻ ചാടി എഴുന്നേറ്റു. 'എനിക്ക് വയ്യ... എന്റെ ഹൃദയം പിടയ്ക്കുന്നു...'കൃഷ്ണൻ പറഞ്ഞു.

'ഭഗവാന് ആലസ്യമോ?'രുക്മിണിയുടെ ബഹളം കേട്ട് മറ്റു പത്നിമാരും മണിയറയിലേക്ക് ഓടിവന്നു.

ഭഗവാൻ കണ്ണുതുറന്ന് പുറത്തേക്കു നോക്കി. മട്ടുപ്പാവിൽ ഇരുന്ന് ഭഗവാൻ കുചേലനെ കണ്ടു. 'രുക്മിണീ.... ഞാൻ പാപിയാണ് എന്റെ പ്രിയപ്പെട്ട സതീർത്ഥ്യൻ കുചേലൻ ഗോപുര ദ്വാരത്തിൽ നിന്ന് വിഷമിക്കുന്നു. വരൂ.. എല്ലാവരും. എന്റെ എല്ലാമെല്ലാമായ സതീർത്ഥ്യനെ സ്വീകരിക്കാൻ നിങ്ങളെല്ലാവരും വരണം. രുക്മിണി തീർത്ഥജലം എടുക്കുക.'എന്നു പറഞ്ഞു. പിന്നെ അദ്ദേഹം സത്യഭാമയോട് ചന്ദനമെടുക്കാൻ പറഞ്ഞു. ജാംബവതി, മിത്രവിദ്യ, സത്യ, കാളിന്ദി എന്നിവരോട് പനിനീർ, ആലവട്ടം, വെഞ്ചാമരം, എന്നിവയും ഭദ്രയോടും ലക്ഷണയോടും അഷ്ടമംഗല്യവും എടുക്കാൻ പറഞ്ഞു.

പിന്നെ, ഏഴാം മാളിക മുകളിൽ നിന്ന് ഭഗവാൻ ചാടി ഇറങ്ങി ഗോപുരദ്വാരത്തിലേക്ക് ഓടിവന്ന് കുചേലന്റെ പാദങ്ങളിൽ സാഷ്ടാംഗം നമസ്കരിച്ചു .

'കുചേല, അങ്ങ് വന്നിട്ട് വളരെ നേരമായോ? ഞാനറിഞ്ഞില്ല, എനിക്കു മാപ്പു തരണം. ഇങ്ങനെ പറഞ്ഞ് രുക്മിണിയുടെ കൈയിൽ നിന്നും തീർത്ഥജലം വാങ്ങി കുചേലന്റെ പാദങ്ങൾ കഴുകി. ആ ജലം ഭഗവാനും പത്നിമാരും സേവിച്ച് ശിരസ്സിൽ തളിച്ചു. പനിനീർ, കളഭം ഇവ ഭഗവാൻ തന്നെ കുചേലന്റെ ശരീരത്തിൽ പൂശി. ആലവട്ടം പിടിച്ചു വെഞ്ചാമരം കൊണ്ട് വീശി. പിന്നീട് ഭഗവാൻ കുചേലനെ സ്വന്തം കൈകളിൽ കോരിയെടുത്ത് പത്നിമാരു

ടെ അകമ്പടിയോടെ മാളികമുകളിൽ സ്വർണ്ണസിംഹാസനത്തിൽ ഇരുത്തി.

ഭഗവാന്റെ സ്വീകരണങ്ങളും സൽക്കാരങ്ങളും കൊണ്ട് കുചേലൻ ആകെ ബോധം നശിച്ച പോലെയായി. അദ്ദേഹം ജാള്യതയോടെ തൊഴുതു കൂനിക്കൂടി ആ മഞ്ചത്തിലിരുന്നു.

ശീതളപാനീയങ്ങളും മധുരപലഹാരങ്ങളും നൽകി ഭഗവാൻ അടുത്തിരുന്നു കുചേലന്റെ ശരീരം തടവി കുശലപ്രശ്നങ്ങൾ നടത്തി.

ഭഗവാൻ ചോദിച്ചു, 'ഗുരുകുലം വിട്ട ശേഷം അങ്ങ് എവിടെയായിരുന്നു? എത്രകാലമായി ഞാൻ ആഗ്രഹിക്കുന്നു. ഇപ്പോഴെങ്കിലും വന്നു കാണാൻ തോന്നിയല്ലോ. വിവാഹം കഴിഞ്ഞ് കുട്ടികളുമൊത്ത് സുഖമായല്ലേ ജീവിക്കുന്നത്?'

കുചേലൻ ഒന്നിനും മറുപടി പറയാതെ തൊഴുതുകൊണ്ടിരുന്നു. താൻ എന്തു മറുപടി പറയാനാണ്? വീണ്ടും ഭഗവാൻ ചോദിച്ചു, 'എന്താ മിണ്ടാത്തത്? ക്ഷീണം കൊണ്ടാണോ? കുറച്ചുനേരം മഞ്ചത്തിൽ കിടക്കൂ, ഞാൻ വീശിത്തരാം.' എന്നു പറഞ്ഞു.

പിന്നെ അവർ ഗുരുകുല കഥകൾ പങ്കുവെച്ചു. ഇടയ്ക്കു പെട്ടെന്ന് കൃഷ്ണൻ ചോദിച്ചു,

'ഞാനൊന്നു ചോദിക്കട്ടെ വീട്ടിൽനിന്ന് പുറപ്പെട്ടപ്പോൾ എനിക്ക് തരാനായി ഒന്നും തന്നയിച്ചല്ലേ? വേഗം തരൂ... എനിക്കു വിശക്കുന്നു.'

താൻ ഒളിപ്പിച്ചു വച്ചിരിക്കുന്ന, കീറത്തുണിയിൽ പൊതിഞ്ഞ അവിൽ എങ്ങനെ കൊടുക്കും കൃഷണന്? അദ്ദേഹം ആ ചിന്തയിൽ വിഷമിച്ചു മിണ്ടാതെയിരുന്നു.

പെട്ടെന്നു കൃഷ്ണൻ, കുചേലൻ ഒളിപ്പിച്ചു വച്ചിരിക്കുന്ന വെച്ച കിഴി കണ്ടു പുറത്തേക്കു വലിച്ചെടുത്തു. എന്താ നോക്കട്ടെ എന്നു പറഞ്ഞ് കിഴി അഴിച്ചു. 'എനിക്ക് ഏറ്റവും ഇഷ്ടപ്പെട്ട അവലാണല്ലോ, തിന്നാൻ ഞാൻ കുറെ നാളായി ആഗ്രഹിക്കുന്നു.' ഇങ്ങനെ പറഞ്ഞുകൊണ്ട് അതിൽ നിന്നും ഒരു പിടി അവൽ വാരി വായിൽ ഇട്ട് ചവച്ച് കഴിച്ചു. നല്ല സ്വാദ് എന്നു പറഞ്ഞ് രണ്ടാമതും കഴിച്ചു. മൂന്നാമതും ഒരു പിടി കൂടി എടുത്തു വായിലിടാൻ ഭാവിച്ചപ്പോൾ രുക്മിണി അദ്ദേഹത്തിന്റെ കരംപിടിച്ചു തടഞ്ഞു. ഇനിയും ഭക്ഷിച്ചാൽ രുക്മിണി ബ്രാഹ്മണന്റെ ദാസി ആകേണ്ടിവരും. അതുകൊണ്ടാണ് രുക്മിണി തടഞ്ഞത്. കുചേലന് ഒന്നും മനസ്സിലായില്ല. ശ്രീകൃഷ്ണന് എല്ലാം മനസ്സിലായി.

പിന്നെയും കുശലപ്രശ്നങ്ങൾ ചെയ്തു, രാത്രിയിൽ സുഗന്ധ ദ്രവ്യങ്ങൾ കലർത്തിയ ജലത്തിൽ കുളിപ്പിച്ച്, അമൃതിനു തുല്യമായ അത്താഴവും നൽകി തന്റെ കട്ടിലിൽത്തന്നെ കൃഷ്ണൻ തന്റെ സതീർത്ഥ്യനെ കിടത്തി ഉറക്കി. പിറ്റേദിവസം ദിനകൃത്യങ്ങൾ കഴിഞ്ഞ് ഭക്ഷണവും കഴിച്ച ശേഷം കുചേലൻ കണ്ണനോട് യാത്ര ചോദിച്ചു. എന്തിനാണോ ദ്വാരകയിൽ എത്തിയത് അതൊക്കെ കുചേലൻ മറന്നിരുന്നു. കണ്ണനെ കണ്ട ആനന്ദത്തിൽ കുചേലൻ തിരികെ നടന്നു.

കുറേ ദൂരം കഴിഞ്ഞപ്പോഴാണ് കുടുംബത്തെപ്പറ്റി അദ്ദേഹത്തിന് ഓർമ്മ വന്നത്. 'ഭാര്യയോട് ഞാനെന്തു പറയും.? ഞാനെന്തെങ്കിലും കൊണ്ടുവരുമെന്ന് കാത്തിരിക്കുന്ന അവളെ എങ്ങനെ സമാധാനിപ്പിക്കും? എന്റെ ദരിദ്രാവസ്ഥ പറയാൻ ഒരു അവസരം കിട്ടിയില്ല എന്ന സത്യം അവൾക്കു മനസ്സിലാകുമോ? അദ്ദേഹത്തിന്റെ പള്ളിമെത്തയിൽ ഉറങ്ങി, നല്ല ഭക്ഷണവും കഴിച്ചു. പക്ഷേ, എന്റെ കുട്ടികൾ പട്ടിണി കിടന്നു മരിക്കേണ്ടി വരുമല്ലോ ഭഗവാനെ... അദ്ദേഹത്തെപ്പോലെ വലിയ മഹാനാണെന്ന് കരുതി ആയിരിക്കണം എന്നോട് അദ്ദേഹം വളരെ വലിയ രീതിയിൽ പെരുമാറിയത്. അതുമല്ലെങ്കിൽ ധനം പെരുത്താൽ എനിക്ക് അഹങ്കാരം വർദ്ധിക്കുമെന്ന് അദ്ദേഹം കരുതിയിരിക്കണം, അതിനാലാവും ധനം തരാഞ്ഞത്.'

ഇങ്ങനെ ചിന്തിച്ചും നടന്നും വിശ്രമിച്ചും സ്വന്തം ഗ്രാമത്തിലെത്തിയത് അദ്ദേഹം അറിഞ്ഞില്ല. വരുമ്പോൾ ഉള്ളതുപോലെയല്ല സ്ഥലത്തിന്റെ രീതി ആകെ മാറിയിരിക്കുന്നു. വളരെ വലിയ വ്യത്യാസങ്ങൾ കാണുന്നു. മണിമാളികകൾ, കോട്ടമതിലുകൾ, കുളങ്ങൾ, കേളിഗൃഹങ്ങൾ, എന്നു വേണ്ട സർവ ഐശ്വര്യങ്ങളും നിറഞ്ഞ ഒരു ദേവനഗരമാണ് മുന്നിൽക്കാണുന്നത് എനിക്ക് വഴി തെറ്റിയോ? അമ്പരന്ന് കുചേലൻ ചുറ്റും നോക്കി. അപ്പോൾ സർവാലങ്കാരവിഭൂഷിതയായ ഒരു സ്ത്രീരത്നം പരിചാരികളുമായി കുചേലനെ എതിരേൽക്കാൻ വന്നു. ഈ പൊൻതാലം പിടിച്ചു വരുന്നത് തന്റെ പ്രിയപ്പെട്ടവൾ ആണല്ലോ...

കൂടെ കുട്ടികളും ഉണ്ട്. കുചേലൻ ഞെട്ടിപ്പോയി.

കുചേലന് എല്ലാം മനസ്സിലായി.

അദ്ദേഹത്തിന്റെ ഭാര്യ പറഞ്ഞു, 'അങ്ങ് ദ്വാരകയിൽ എത്തിയ ദിവസമായിരിക്കും ഇവിടെ ഐശ്വര്യദേവത എത്തി. അവർ നിമിഷനേരം കൊണ്ട് ഇതെല്ലാം നിർമ്മിച്ച് വേണ്ടുവോളം ധനവും

ആഭരണങ്ങളും നൽകി, പിന്നെ, ആവശ്യത്തിനു പരിചാരകരെയും നിയോഗിച്ച് ദേവത അപ്രത്യക്ഷയായി. ഭഗവാൻ കൃഷ്ണന്റെ കൽപ്പനയനുസരിച്ച് ചെയ്യുകയാണ് എന്നു പറയുകയും ചെയ്തു.' ലക്ഷ്മിദേവി ആയിരുന്നു അതെന്നു കുചേലനു മനസ്സിലായി.

ഇതെല്ലാം ലഭിച്ചുവെങ്കിലും കുചേലൻ അതിലൊന്നും മനസ്സ് കൊടുത്തില്ല. അദ്ദേഹം കൃഷ്ണഭക്തിയിൽത്തന്നെ മുഴുകി ജീവിച്ചു.

പത്ത്

സ്യമന്തകമണിയും ജാംബവതീ പരിണയവും

ഒരിക്കൽ സത്രാജിത്ത് എന്ന യാദവപ്രമാണി അമിതമായ ധന ത്തിനായി സൂര്യദേവനെ ആദിത്യഹൃദയ മന്ത്രം ജപിച്ചുകൊണ്ട് തപസ്സു ചെയ്തു. അതിന്റെ ഫലമായി ആദിത്യഭഗവാൻ സത്രാജി ത്തിന്റെ മുൻപിൽ പ്രത്യക്ഷപ്പെട്ട്, അത്ഭുത തേജസ്സുള്ള സ്യമന്ത കം എന്ന മണി ദാനം ചെയ്തു. ഭക്തിപൂർവ്വം ഇതിനെ പൂജിച്ചാൽ ദിവസേന എട്ടു ഭാരം സ്വർണ്ണം വീതം ഇത് പ്രദാനം ചെയ്യും എന്നു ഉപദേശിച്ചു. ആ അത്ഭുതമണിയുടെ മാഹാത്മ്യം മാലോ കർ പറഞ്ഞു ശ്രീകൃഷ്ണൻ അറിഞ്ഞു. ഒരു ദിവസം സത്രാജിത്തി നെ ഭഗവാൻ ദ്വാരകയിലേക്ക് ക്ഷണിച്ചു. 'യാദവശ്രേഷ്ഠാ, അങ്ങ യ്ക്ക് സ്യമന്തകം എന്ന ഒരു ദിവ്യമായ രത്നമണി ലഭിച്ചിട്ടുണ്ടെന്ന് അറിഞ്ഞു. രാജഭണ്ഡാരത്തിൽ അല്ലേ വിശിഷ്ടമായ സാധനങ്ങൾ ഇരിക്കേണ്ടത്? അങ്ങ് അത് നമ്മുടെ രാജാവായ ഉഗ്രസേനനു ദാനം ചെയ്യണം. അങ്ങയ്ക്ക് പ്രതിഫലമായി ധാരാളം ധനം തരാം. ധനമല്ലേ അങ്ങേയ്ക്ക് പ്രധാനം?'എന്നു ചോദിച്ചു. സത്രാ ജിത്തിന് ഈ സംസാരം തീരെ ഇഷ്ടമായില്ല. മറുപടി ഒന്നും പറ യാതെ അയാൾ അവിടെ നിന്നും പോയി.

കൃഷ്ണനു പരിഭ്രമമൊന്നും തോന്നിയില്ല.

ഒരു ദിവസം സത്രാജിത്തിന്റെ അനുജൻ പ്രസേനൻ ആ മണി യും കഴുത്തിൽക്കെട്ടി നായാട്ടിനായി കാട്ടിലേക്കു പോയി. മണി യുടെ തിളക്കം കണ്ട ഒരു സിംഹം ഗർജിച്ചുകൊണ്ട് മുന്നോട്ടുവ ന്നു പ്രസേനനേയും കുതിരയെയും അടിച്ചുകൊന്ന് മണിയും കടി ച്ചു തൂക്കി കാട്ടിൽ മറഞ്ഞു.

ആ കാട്ടിലെ ഒരു ഗുഹയിലായിരുന്നു വാനരശ്രേഷ്ഠനായ ജാം ബവാൻ താമസിച്ചുകൊണ്ടിരുന്നത്. ശ്രീരാമചന്ദ്രനുമായി പിരിഞ്ഞ ശേഷം രണ്ടു കുട്ടികളോടും ഗന്ധർവ്വനാരിയായ ഭാര്യയോടും കൂടി അവിടെ താമസിക്കുകയായിരുന്നു അദ്ദേഹം. അങ്ങനേയിരി ക്കെ ഒരു സിംഹം ദിവ്യപ്രഭയുള്ള ഒരു മണിയും കടിച്ചുപിടിച്ചു കൊണ്ട് വനത്തിലൂടെ ഓടുന്നത് ജാംബവാൻ കണ്ടു. ജാംബവാൻ ചാടിച്ചെന്ന് ആ സിംഹത്തെ കൊന്ന് ആ മണി, അതിന്റെ മഹത്വ ത്തെക്കുറിച്ചറിയാതെ ഇളയ മകനു കളിക്കാൻ കൊടുത്തു.

സത്രാജിത്തിന്റെ വീട്ടിൽ ഈ സമയം ആകെ പരിഭ്രമം തുടങ്ങി യിരുന്നു. നായാട്ടിനു പോയ സഹോദരൻ ഇനിയും തിരിച്ചു വന്നി ട്ടില്ല. സത്രാജിത്ത് അനുചരന്മാരുമായി വനത്തിൽ പ്രസേനനെ

അന്വേഷിച്ച് ഇറങ്ങി. പ്രസേനൻ കാട്ടിൽ മരിച്ചു കിടക്കുന്നതാണ് അവർ കണ്ടത്. കഴുത്തിൽ അണിഞ്ഞിരുന്ന മണി കാണാനുമില്ല. അവർ ഉറപ്പിച്ചു കൃഷ്ണൻ തന്നെയാണ് ഈ ദ്രോഹം ചെയ്തതെന്ന്. മണി ചോദിച്ചപ്പോൾ കൊടുക്കാത്തതുകൊണ്ട് അനുജനെ കൊന്നു മണി ആപഹരിച്ചതാണ്. അവർ ഉറപ്പിച്ചു. തിരിച്ചുവന്ന അവർ ഇക്കാര്യം എല്ലാവരോടും പറഞ്ഞു. 'ചെറുപ്പം മുതലേ കട്ടും മോഷ്ടിച്ചും നടന്നവനല്ലേ ഈ കൃഷ്ണൻ, ചെറുപ്പത്തിലെ ശീലം പ്രായമായാലും മാറില്ലല്ലോ. കാഞ്ഞിരക്കുരു എത്രകാലം പാലിൽ കിടന്നാലും അതിന്റെ കയ്പ്പു മാറുമോ? മണി ചോദിച്ചിട്ട് കൊടുക്കാത്തതിന്റെ വൈരാഗ്യത്തിന് അവനെ കൊന്നു മണി തട്ടിയെടുത്തതാണ്. ഇങ്ങനെ അതിക്രമം നടന്നാൽ ഇവിടെ എങ്ങനെ ജീവിക്കും?' ഇമ്മട്ടിലായി കൃഷണന് എതിരായിട്ടുള്ള അധിക്ഷേപങ്ങൾ.

ഇങ്ങനെ സത്രാജിത്ത് പലരോടും അധിക്ഷേപമായി പറഞ്ഞു നടന്ന വാക്കുകൾ കൃഷ്ണന്റെ ചെവിയിലും എത്തി. ഈ ചീത്ത പേരിന് ഒരു മോചനം വേണമല്ലോ. ഭഗവാൻ ഏതാനും ഭടന്മാരുമായി കാട്ടിലേക്കു തിരിച്ചു. കാട്ടിനകത്ത് പ്രസേനനും മൃതദേഹം കിടന്നതിനടുത്ത് കുതിര ചത്തു കിടപ്പുണ്ടായിരുന്നു. അതിനടുത്തായിത്തന്നെ ഒരു സിംഹത്തിന്റെ കാലടിപ്പാടുകൾ കണ്ടു. അവരെ വധിച്ചത് സിംഹം ആണെന്ന് കൃഷണൻ മനസ്സിലാക്കി, പിന്നെ, സിംഹത്തിന്റെ കാലടിപ്പാടുകൾ പിന്തുടർന്ന് കുറേ ദൂരം നടന്നു. അപ്പോൾ ഒരു സിംഹവും ചത്തു കിടക്കുന്നതു കണ്ടു. അതിന്റെ സമീപം ഒരു വലിയ കുരങ്ങന്റെ കാലടി പാടുകൾ കണ്ടു. ആ കാലടി പാടുകൾ പിന്തുടർന്ന് അവർ കുറേ ദൂരം പോയി. അതൊരു വലിയ ഗുഹയുടെ മുന്നിലാണ് അവസാനിച്ചത്. ആ കുരങ്ങൻ, ഗുഹയ്ക്കുള്ളിലുണ്ടാകും എന്ന അനുമാനത്തിൽ അനുയായികളെ പുറത്തുനിർത്തി ഏകനായി കൃഷ്ണൻ ഗുഹയ്ക്കകത്ത് പ്രവേശിച്ചു.

അപ്പോഴതാ ഒരു ബാലൻ ആ മണിയും പിടിച്ചു കളിക്കുന്നു! ഒരു മനുഷ്യൻ അടുത്തേക്ക് വരുന്നതു കണ്ട് ആ ബാലൻ ഉച്ചത്തിൽ അലറി കരയാൻ തുടങ്ങി. പ്രായാധിക്യം കാരണം കണ്ണുകൾക്ക് കാഴ്ച കുറവായതിനാൽ ആ കുട്ടിയുടെ അടുത്തു തന്നെ ജാംബവാൻ കണ്ണടച്ചിരിക്കുകയായിരുന്നു. പുത്രന്റെ കരച്ചിൽ കേട്ട ജാംബവാൻ കൃഷ്ണന്റെ നേർക്കു പാഞ്ഞടുത്ത് ദേഹത്ത് മുഷ്ടിചുരുട്ടി ആഞ്ഞിടിച്ചു. അദ്ദേഹം അത് തടുത്തു. അവർ അങ്ങോട്ടുമിങ്ങോട്ടും പ്രഹരിച്ചു. രണ്ടുപേരും തളർച്ചയില്ലാതെ യുദ്ധം തുടർന്നു.

ഒടുവിൽ ജാംബവാൻ ശ്രീരാമചന്ദ്രനെ വിളിച്ച് കരയാൻ തുടങ്ങി. 'ഭഗവാനേ ശ്രീരാമചന്ദ്രാ അങ്ങേക്ക് കൂട്ടായി യുദ്ധമുന്നണിയിൽ നിന്ന ഈ ജാംബവാനെ ഒരു മനുഷ്യൻ കീഴ്പ്പെടുത്തുകയാണോ? എനിക്കല്ലാതെ മറ്റാർക്കും നിന്നെ ജയിക്കാൻ സാധ്യമല്ലെന്ന് വാക്ക് തന്നതല്ലേ? എല്ലാം വ്യർത്ഥമാക്കുകയാണോ?'രാമനാമങ്ങൾ ഉരുവിട്ടു കൊണ്ട് ശ്രീകൃഷ്ണന്റെ തിരുമാറിൽ വീണ്ടും വീണ്ടും മുഷ്ടിപ്രഹരം നടത്തി. ഓരോ ഇടിയും ഭക്തന്റെ പുഷ്പാർച്ചന പോലെ ഭഗവാൻ സ്വീകരിച്ചു. രാപകൽ ഇല്ലാതെ ഇരുപത്തെട്ടു ദിവസം ആ യുദ്ധം നീണ്ടുനിന്നു. അവസാനം ജാംബവാൻ മോഹാലസ്യപ്പെട്ടു. ഉണർന്നപ്പോൾ പഴയ കാര്യങ്ങൾ ജാംബവാൻ ഓർത്തു, 'ലോകൈകനാഥനായ വിഷ്ണുഭഗവാനു മാത്രമേ നിന്നെ കീഴ്പ്പെടുത്താൻ ആവുകയുള്ളൂ' എന്ന ബ്രഹ്മദേവൻ വരം കൊടുത്ത കാര്യം ഓർമ്മയിൽ വന്നു. ഇദ്ദേഹം സാക്ഷാൽ ശ്രീനാരായണനാണ്! ജാംബവാൻ ഇങ്ങനെയൊക്കെ ചിന്തിച്ച് കണ്ണുതുറന്ന് മുന്നിൽ നിൽക്കുന്ന രൂപത്തെ നല്ലതുപോലെ നോക്കി. സാക്ഷാൽ ശ്രീരാമചന്ദ്രന്റെ മുന്നിൽ നിൽക്കുന്നത് പോലെ ഭക്തന് തോന്നി. അപ്പോഴേക്കും കൃഷ്ണൻ ആ കപീന്ദ്രനെ പിടിച്ചെഴുന്നേൽപ്പിച്ച് ശരീരം മുഴുവൻ തടവികൊണ്ട് പറഞ്ഞു, 'ഞാൻ അങ്ങയുടെ ശ്രീരാമചന്ദ്രൻ തന്നെയാണ്. രഘുരാമനും ദ്വാപരയുഗത്തിലെ വസുദേവകൃഷ്ണനും ഒരാൾ തന്നെയാണ്. പട്ടാഭിഷേകസമയത്ത് ഞാൻ ദ്വാപരയുഗത്തിൽ ജനിക്കുമെന്ന് അങ്ങയോട് പറഞ്ഞത് ഓർക്കുന്നില്ലേ?'

അതോടെ ജാംബവാൻ മാപ്പപേക്ഷയുമായി കൃഷ്ണനു മുന്നിൽ പ്രണമിച്ചു. കൃഷ്ണൻ പറഞ്ഞു, 'പ്രധാനമായും അങ്ങേയ്ക്ക് ദർശനം നൽകാനാണ് ഞാൻ വന്നത്. അതിന് കാരണമായത് സത്രാജിത്തിന്റെ സ്യമന്തക മണി ഞാൻ മോഷ്ടിച്ചു എന്ന അപവാദമാണ്. ആ യാദവൻ, നാടു മുഴുവൻ ഇങ്ങനെ പറഞ്ഞു പരത്തിയപ്പോൾ സത്യാവസ്ഥ അറിഞ്ഞ് മണി അവന് നൽകേണ്ടത് എന്റെ ചുമതലയായി. അതിനുവേണ്ടിയാണ് ഞാൻ വന്നത്. അങ്ങയുടെ കുമാരന്റെ കയ്യിലിരിക്കുന്നത് ആ മണിയാണ്.'

ജാംബവാൻ ഉടനെ ബാലന്റെ കൈയിൽ നിന്നും മണി വാങ്ങി അകത്തേക്ക് പോയി. കുറച്ച് നിമിഷങ്ങൾക്കകം ഒരു കൈയിൽ മണിയും മറുകൈയിൽ സുന്ദരിയായ ഒരു കന്യാരത്നവുമായി പുറത്തേക്കു വന്നു. എന്നിട്ട് ഭഗവാനോട് പറഞ്ഞു, 'കൃഷ്ണാ, ഈ രണ്ടു രത്നങ്ങളും അങ്ങേയ്ക്കുള്ളതാണ്. സദയം സ്വീകരിക്കണം. ഇവൾ അങ്ങയുടെ പത്നിയാകാൻ തപസ്സനുഷ്ഠിച്ചു തുടങ്ങിയിട്ടു

കാലങ്ങൾ ഏറെയായി. അടിയൻ ചെയ്ത അപരാധം പൊറുത്ത് എന്റെ മകളെ സ്വീകരിക്കണം.' കൃഷ്ണൻ പറഞ്ഞു, വാനരശ്രേഷ്ഠാ, അങ്ങ് വിഷമിക്കേണ്ട. അങ്ങയുടെ പുത്രി ജാംബവതി എന്റെ പത്നിയാകാൻ വേണ്ടി ജനിച്ചവളാണ്. അവളെ സ്വീകരിക്കാൻ ഇപ്പോഴാണ് സന്ദർഭം ഉണ്ടായത്.'

സ്യമന്തകവും ജാംബവതിയുമായി ഗുഹയ്ക്ക് പുറത്തുവപ്പോൾ അനുയായികൾ ആരുമില്ല. അതോടെ ഭഗവാൻ ജാംബവതിയേയും കൊണ്ട് ഗരുഡാരൂഢനായി ദ്വാരകയിൽ എത്തി. യാദവഭടന്മാർ പന്ത്രണ്ടു ദിവസം ഗുഹയ്ക്ക് പുറത്തുകാത്തുനിന്നു. ഒടുവിൽ വേദനയോടെ ദ്വാരകയിൽ ചെന്ന് കാര്യങ്ങൾ എല്ലാവരെയും ധരിപ്പിച്ചു. ദ്വാരകാ നിവാസികൾ വ്യസനിച്ചിരിക്കുമ്പോഴാണ് ഭഗവാൻ ജാംബവതിയുമൊത്ത് അവിടെ എത്തിയത്. ഭഗവാൻ കാര്യങ്ങൾ സഭാമധ്യത്തിൽ വെച്ച് വിസ്തരിച്ച് പറഞ്ഞു. കാര്യങ്ങൾ അറിഞ്ഞതോടെ സത്രാജിത്തിനെ എല്ലാവരും പഴി പറഞ്ഞു.

ഭഗവാൻ സത്രാജിത്തിനെ അടുത്തു വിളിച്ച് സ്യമന്തകം അയാളുടെ കയ്യിൽ കൊടുത്തു.

സത്രാജിത്തിന് താൻ പ്രചരിപ്പിച്ച അപവാദത്തെ ഓർത്ത് പശ്ചാത്താപം ഉണ്ടായി. കൃഷ്ണനോട് ചെയ്ത അപരാധത്തിന് എന്ത് പ്രതിവിധി ചെയ്യണം എന്നോർത്ത് മനസ്സ് അസ്വസ്ഥമായി. അവസാനം തന്റെ ഏക പുത്രി, സുന്ദരിയായ സത്യഭാമയെ ശ്യാമളവർണ്ണന് സ്യമന്തകത്തോടൊപ്പം ദാനം ചെയ്യാം എന്നു തീരുമാനിച്ചു. അതനുസരിച്ച് മകളെയും കൊണ്ട് ദ്വാരകയിൽ എത്തി. മകളെയും സ്യമന്തകമണിയേയും ഭഗവാന് കാഴ്ചവെച്ചു. കൃഷ്ണൻ സുന്ദരിയായ സത്യഭാമിയെ തന്റെ പത്നിയായി സ്വീകരിച്ചു. മണി, സന്തോഷപൂർവ്വം സത്രാജിത്തിനു തന്നെ നൽകി. ഭഗവാൻ പറഞ്ഞു, 'ഇപ്പോൾ നമ്മൾ ബന്ധുക്കൾ ആയി ആ സ്ഥിതിക്ക് ഇനിമേലിൽ വിരോധമോ പരിഭവങ്ങളോ നമ്മൾ തമ്മിലില്ല. എപ്പോൾ വേണമെങ്കിലും അങ്ങേക്ക് ഇങ്ങോട്ട് വരാം.' അങ്ങനെ ഭഗവാനും തനിക്കു കേൾക്കേണ്ടി വന്ന അപകീർത്തിയിൽ നിന്നും രക്ഷപ്പെട്ടു. തുടർന്ന് ഒരു ശുഭമുഹൂർത്തത്തിൽ രാജാക്കന്മാരുടെയും ബന്ധുജനങ്ങളുടെയും സാന്നിധ്യത്തിൽ ശ്രീകൃഷ്ണൻ ജാംബവതിയെയും സത്യഭാമയെയും പത്നിമാരായി സ്വീകരിച്ചു.

൦൦

www.ingramcontent.com/pod-product-compliance
Lightning Source LLC
LaVergne TN
LVHW060151051026
849517LV00007B/2635